D1772456

எது கருத்துச் சுதந்திரம்?

ஆசிரியரின் பிற நூல்கள்

கட்டுரை

- வன்முறை வாழ்க்கை (2003)
- பதிவுகள் அழியும் காலம் (2005)
- பிறக்கும் ஒரு புது அழகு (2007)
- அகவிழி திறந்து (2011)
- அதிகாரத்தின் வாசனை (2011)

கேள்வி – பதில்

- கேள்விக்கு என்ன பதில்? (2013)

எது கருத்துச் சுதந்திரம்?

கண்ணன் (பி. 1965)

கண்ணன் நாகர்கோவிலிலும் பெங்களூரிலும் கல்வி கற்றார். 1994இல் காலச்சுவடு இதழை மீண்டும் தொடங்கி அதன் ஆசிரியர் – பதிப்பாளராகப் பணியாற்றிவருகிறார். 1995இல் காலச்சுவடு பதிப்பகத்தைத் தொடங்கினார்.

'தமிழ் இனி 2000' மாநாட்டின் ஒருங்கிணைப்பாளர். 2002இல் அமெரிக்க உள்துறையின் அழைப்பின் பெயரில் அங்கு நடைபெற்ற *International Visitor Program*இல் பத்திரிகையாளராகக் கலந்துகொண்டார்.

பிராங்க்ஃபர்ட் புத்தகச் சந்தை நிறுவனம் நடத்தும் இளம் பதிப்பாளர்களுக்கான *Frankfurt Book Fair Fellowship Programme*இலும் (2007) கலந்துகொண்டுள்ளார். 2017ஆம் ஆண்டு ஆஸ்திரேலியா சிட்னிக்கு *Visiting International Publisher* திட்டத்தில் அழைக்கப்பட்டார். பல்வேறு இலக்கியம் பரப்பும் அமைப்புகளின் அழைப்பின் பேரில் பதிப்பாளராக இஸ்தான்புல் (இருமுறை), ஷார்ஜா, மலேசியா பாரிஸ் புத்தகச் சந்தை (இருமுறை), நோர்வே ஆகிய நாடுகளுக்குச் சென்று இலக்கிய படைப்புகளை மொழிபெயர்க்கும் பணியை முன்னெடுத்துள்ளார். காலச்சுவடு பப்ளிகேஷன்ஸ் பிரைவேட் லிமிட்டெட்டின் நிர்வாக இயக்குநராகவும் பதிப்பாளராகவும் பணியாற்றி வருகிறார்.

மனைவி: மைதிலி. மகன்கள்: சாரங்கன், முகுந்தன்.

தொடர்புக்கு: *kannan31@gmail.com*

கண்ணன்

எது கருத்துச் சுதந்திரம்?

காலச்சுவடு பதிப்பகம்

எது கருத்துச் சுதந்திரம்? ♦ கட்டுரைகள் ♦ ஆசிரியர்: கண்ணன் ♦ ©எஸ்.ஆர். சுந்தரம் ♦ முதல் பதிப்பு: டிசம்பர் 2019, இரண்டாம் (குறும்) பதிப்பு: டிசம்பர் 2021 ♦ வெளியீடு: காலச்சுவடு பப்ளிகேஷன்ஸ் (பி) லிட்., 669, கே.பி. சாலை, நாகர்கோவில் 629001

etu karuttue cutantiram? ♦ Articles ♦ Author: Kannan ♦ ©S.R.Sundaram ♦ Language: Tamil ♦ First Edition: December 2019, Second (Short) Edition: December 2021 ♦ Size: Crown 1 x 8 ♦ Paper: 18.6 kg maplitho ♦ Pages: 80

Published by Kalachuvadu Publications Pvt. Ltd., 669, K.P. Road, Nagercoil 629001, India ♦ Phone: 91-4652-278525 ♦ email: publications@kalachuvadu.com ♦ Printed at Compuprint Premier Design House, Chennai 600086

ISBN: 978-93-89820-36-2

12/2021/S.No.970, kcp 3311, 18.6 (2) uss

எம்.எஸ்.இன் நினைவுக்கு

பொருளடக்கம்

அணிந்துரை:
'அப்படியெல்லாம் மனசு புண்படக் கூடாது'   11

ஒழுக்கத்தின் கிழிந்த கொடி   21

வெளிப்பாட்டுச் சுதந்திரம்   27

எது கருத்துச் சுதந்திரம்?   41

அன்னியப்படுத்தும் சகிப்பின்மை   48

துறத்தல்: எதிர்ப்பின் ஆழமான வடிவம்   51

நூல் எரிக்கும் சுதந்திரம்!   54

இருள் சூழும் கருத்துரிமை   58

இழந்தவையும் வென்றவையும்   71

கருத்துரிமையின் திருவுருவம்   74

அணிந்துரை

'அப்படியெல்லாம் மனசு புண்படக் கூடாது'

சமூகப் பழக்கவழக்கங்களைப் பொறுத்தவரையில் பல்வேறு வகையிலான, வித்தியாசமான சிந்தனைப் போக்குகள் நிலவுகின்றன. ஒவ்வொருவருமே தங்கள் சொந்தக் கருத்தை வைத்துக்கொள்வதற்கான உரிமையைப் பெற்றிருக்கும் அதே நேரத்தில் அதை அடுத்தவரின் தொண்டையில் திணிக்க முடியாது.

— 'மாதொருபாகன்' வழக்குத் தீர்ப்புரை வாசகம்.

கருத்துரிமைக்கு எல்லாக் காலத்திலும் பிரச்சினைகள் இருந்திருக்கின்றன. எனினும் பல்வேறு கட்டங்களைக் கடந்து ஜனநாயகம் 'தழைத்தோங்கி' நவீன சமூகமாக உருவாகி விட்ட இக்காலத்திலும் பிரச்சினைகள் தொடர்வது துயரமானது. இத்துயரத்தை எதிர்கொண்டாக வேண்டிய கட்டாயத்தில் இருக்கிறோம். ஆகவே கருத்துரிமை தொடர்பான உரையாடலையும் விவாதத்தையும் பல தளங்களில் நிகழ்த்த

வேண்டியுள்ளது. கருத்துரிமையை வரையறுத்தல், கருத்துரிமை தொடர்பான சட்டங்களைப் பரிசீலித்தல், கருத்துரிமைப் பிரச்சினையில் அரசு அமைப்பின் நிலைப்பாடுகளை விமர்சித்தல், கருத்துரிமை பற்றி நிலவும் சமூக மனோபாவங்களைப் புரிந்துகொள்ளுதல், அம்மனோபாவங்களின் மீது இடையீடு நிகழ்த்துதல், கருத்துரிமை குறித்துச் சிந்தித்த அறிஞர்களின் எண்ணங்களை உள்வாங்குதல், இலக்கியம் அரசியல் உள்ளிட்ட பல துறைகளிலும் அவ்வப்போது ஏற்படும் கருத்துரிமைப் பிரச்சினைகளைப் பல கோணங்களில் காணுதல் என இவ்வுரையாடலும் விவாதமும் விரிவானவை. அவற்றை மேற்கொள்வதற்கான திறந்த மனநிலை ஏற்படுமானால் சமூகப் பொதுப்புத்தியில் சில அசைவுகளை ஏற்படுத்த முடியும்.

கருத்துரிமைக்கு எல்லை என்று எதுவும் இல்லை. மனதில் உதிக்கும் எண்ணங்களை எந்த மறைப்புமின்றிப் பொதுவெளியில் வைப்பதற்கான உரிமை ஒருவருக்குக் கிடைக்க வேண்டும். உண்மை, சிந்தனை, உயர்ந்த ஒழுக்க நெறி, சமூக விழுமியங்கள், சடங்குகள், நம்பிக்கைகள், பழக்கவழக்கங்கள், சாதி, மதம், இனம், மொழி முதலியவற்றைப் பற்றிய ஆதரவு, விமர்சன, எதிர்ப்புக் கருத்துகளுக்குத் தாராளமாக இடம் இருக்க வேண்டும். அதுதான் மேன்மையான சமூகத்தின் இயல்பாக இருக்கும். ஒரு சமூகத்தின் நிலையை மதிப்பிட எதைவிடவும் கருத்துரிமை என்னும் அளவுகோல் மிகவும் சரியானது என்று நினைக்கிறேன்.

அந்த அளவுகோலைப் பயன்படுத்தும்போது நாம் முக்கியமாகக் கருதிப் பார்க்க வேண்டியவை எதிர்வினைகள். ஒரு கருத்து வெளிப்படுகையில் அதன் சூழல், பின்னணி, பொருத்தப்பாடு, நோக்கம், வெளிப்பாட்டு வடிவம், வெளிப்படுத்தியுள்ள முறை என அனைத்தையும் கணக்கில் கொண்டு பரிசீலிக்கும் வகையில் எதிர்வினைகள் எழ

வேண்டும். அப்போதுதான் ஆரோக்கியமான உரையாடல் நிகழும். இன்றைக்கு இவை வெறும் எதிர்பார்ப்புகள் மட்டும்தான். நடைமுறையோ வேறுவிதமாக இருக்கிறது.

எதிர்வினைகளின் நோக்கம் அரசியல், சுயநலம், தன்னகங்காரம், பழிவாங்குதல் என ஏதாவது ஒன்றாகவோ பலவாகவோ அமைகிறது. சமூகப் பொதுமனத்தின் அறியாமை ஆயுதமாகப் பயன்படுத்தப்படுகிறது. உயிருக்கும் உடைமைக்குமான அச்சுறுத்தலாகவே எதிர்வினைகள் வடிவம் பெறுகின்றன. ஒருவரின் வாழ்வாதாரத்தை அழிப்பதும் புவிவெளியிலிருந்து அகற்றுவதுமான வன்முறை நோக்குகளே எதிர்வினைகளாகப் பெருகு கின்றன. இந்நிலையில் கருத்துரிமை பற்றிய உரையாடல் காத்திரமாக முன்னெடுக்கப்பட வேண்டும். அதன் ஒருபடி யாகவே கண்ணனின் 'எது கருத்துச் சுதந்திரம்?' என்னும் இந்நூலைக் காண்கிறேன்.

இன்று தமிழ்ச் சூழலில் மட்டுமல்லாது, இந்திய அளவிலும் முக்கியமான பதிப்பாளராகக் கண்ணன் இருக்கிறார். உலகம் எங்கும் தமிழ் நூல்களைக் கொண்டு சேர்க்கும் பெருமுயற்சியில் வெற்றி கண்டு வருகிறார். பதிப்பகத்தை முன்னெடுக்கும் நிர்வாகத் திறனும் சூழலைக் கணிக்கும் அவதானமும் பல்வேறு வகைப்பட்ட திட்டங் களும் கொண்ட பதிப்பாளர் அவர். ஆனால் அவரது இயல்பு 'பத்திரிகையாளர்' என்னும் வரையறைக்குள் அடங்கக் கூடியது என்பது என் கணிப்பு. இப்போது அவர் எழுதுவது குறைந்துவிட்டாலும் காலச்சுவடு இதழ் தொடங்கிய காலத்திலிருந்து தொடர்ந்து அவர் எழுதி வந்துள்ளார். பிற இதழ்களிலும் அவரது எழுத்துக்கள் வெளியாகியுள்ளன. அவை சில நூல்களாகவும் வெளியாகியுள்ளன. அவரது எழுத்துக்களைத் தொடர்ந்து வாசிப்பவன் என்னும் முறையிலும் அவரோடு உரையாடிக் கொண்டிருப்பவன் என்னும் நிலையிலும் என் மதிப்பீடு அமைகிறது. ஒரு பத்திரிகையாளருக்குரிய அரசியல் ஈடுபாடும் சமூகப்

பார்வையும் இணைந்து விரிந்த பரப்பிலான ஆர்வம் அவருடையது. எனினும் தம் எழுத்து எல்லையை வரையறுத்துக்கொண்டு சிலவற்றைப் பற்றி மட்டும் தொடர்ந்து எழுதுவது எனத் தீர்மானித்துக்கொண்டுள்ளார்.

அவ்வெல்லைக்குள் கருத்துரிமை முக்கியமான இடம் வகிக்கிறது. கருத்துச் சுதந்திரம் பற்றிய தனது ஆர்வமே *காலச்சுவடு* இதழின் மறுபிறப்பிற்குக் காரணம் என்றும் தன் செயல்பாடுகளைக் 'கருத்துச் சுதந்திரத்திற்கான போராட்டம்' என்றும் இந்நூலில் அவர் கூறுகிறார். *காலச்சுவடு* இதழில் 'விவாதம்' என்னும் பகுதியைத் தொடங்கியதன் நோக்கமே 'கருத்துச் சுதந்திரம்தான்' என்றும் சொல்கிறார். கருத்துரிமை தொடர்பான விஷயங்களில் தமது எண்ணங்களை வெளிப்படுத்தித் தொடர்ந்து எழுதி வந்துள்ளார். கருத்துரிமையின் பக்கம் நின்று அதற்கு எதிரானவற்றைப் பொருட்படுத்தி விவாதிக்கும் தன்மையைக் கண்ணனின் எழுத்துக்களில் காணலாம். கருத்துரிமையை ஆதரிப்போரின் முரண்களையும் அவர்களது கருத்தில் வெளிப்படும் நுட்பமான சார்புகளையும் தயங்காமல் வெளிப்படுத்துகிறார்.

'கருத்துச் சுதந்திரம் என்பது முற்போக்கான கருத்துக் களை வெளியிடும் சுதந்திரம் மட்டும் அல்ல. தாம் வெறுக்கும் கருத்துகளைப் பிறர் வெளியிடும் சுதந்திரத்திற் காகவும் போராடுபவர்களே உண்மையான கருத்துச் சுதந்திரவாதிகள்.'

'பிறரின் கருத்துரிமையை மறுப்பவர்களுக்குச் சமத்துவம், மனித உரிமை பற்றி எல்லாம் பேசும் அருகதையே இல்லை. தாம் முன்வைக்கும் கருத்தின் அறச்சார்பு மீது பற்றுறுதி கொண்டவர்கள் பிறர் கருத்தைக் கண்டு அஞ்சுவதில்லை.'

'நம்மைச் சுற்றியும் நமக்கு உள்ளேயும் சகிப்பின்மை மண்டிக் கிடக்கிறது.'

'கருத்துச் சுதந்திரம் என்பது தமிழர்களுக்கு உவப் பானது அல்ல. கருத்துச் சுதந்திரம் பற்றி ஒரு தமிழன் பேசுகையில் தன் கருத்தைச் சொல்லும் சுதந்திரம், அதிகாரம் மிக்கோர் தமது கருத்தைச் சொல்லும் சுதந்திரம், தனக்கு உவப்பான கருத்தைப் பிறர் சொல்லக் கேட்கும் சுதந்திரம், பெரும்பான்மையின் கருத்துக்கான சுதந்திரம் என்றே பொருள் கொள்கின்றனர்.'

மேற்கண்ட கூற்றுக்கள் சாதாரணமாக எழுந்தவை அல்ல. சமகாலத்தில் கருத்துரிமைக்கு ஏற்பட்ட பிரச்சினை களைத் தீவிரமாகக் கருதிப் பரிசீலித்ததன் காரணமாக எழுந்தவை. நோம் சோம்ஸ்கியின் கருத்துரிமைச் செயல்பாடுகளில் மிகுந்த ஈடுபாடு கொண்ட கண்ணன் தமிழிலிருந்து மிகுதியும் சுட்டுவது பெரியாரைத்தான். கருத்துரிமையைப் பெரிதும் பயன்படுத்தியவரும் அனுமதித்தவரும் பெரியார். கருத்துரிமைப் பிரச்சினையில் ஆர்வம் கொண்டவர் எவரையும் ஈர்ப்பவர் பெரியார்.

கருத்துரிமை தொடர்பான புதிய புரிதல்களையும் கொடுக்கிறார் கண்ணன். 'மாதொருபாகன்' பிரச்சினை யின்போது அந்நாவல் பிரதிகளை எரிக்கும் போராட்டம் நடைபெற்றது. அது எனக்கு மிகுந்த மனச்சோர்வைக் கொடுத்தது. புத்தகத்தைக் கலைமகளின் அடையாளமாகக் கருதிப் பூசை செய்து வழிபடும் மரபுள்ள சமூகத்தில், அவ் வழிபாட்டை ஆதரிப்பவர்களே எரிப்பில் ஈடுபடுகிறார்களே என்பதாலும் அந்நாவலை என் உடைமையாகக் கருதி யிருந்த காரணத்தாலும் எனக்கு மன நெருக்கடி மிகுந்தது. அச்சமயத்தில் கண்ணன் எழுதிய 'நூல் எரிக்கும் சுதந்திரம்' என்னும் கட்டுரை உணர்ச்சி நிலையிலிருந்து என்னை மீட்டு அறிவார்த்தமாகச் சிந்திக்க வைத்தது. நூல் எரிப்பை 'அந்நூலின் மீது வைக்கப்படும் இறுதி விமர்சனம் என்று கொள்ளலாம்' என்னும் அவரது கருத்து எனக்குப் பெரிய விடுவிப்பைக் கொடுத்தது. 'ஒரு நூல் என்பது உள்ளடக்கம்தான். அச்சிட்ட புத்தகம் அதன் ஒரு

உருவம் மட்டும்தான்' என்றும் அவர் சொல்லியிருந்தார். புத்தகத்தின் மீதான புனித பிம்பத்தைச் சிதைக்கும் இக் கருத்து முக்கியமானதாகப் பட்டது.

பெரியாரும் அம்பேத்காரும் எதிர்ப்பின் அடையாளமாக நூல்களையும் சட்டப் பிரிவுகளையும் எரித்ததை அக்கட்டுரையில் சுட்டிக் காட்டியிருந்தார். இராமாயணத்தையும் பெரியபுராணத்தையும் எரிக்கும் போராட்டத்தைப் பெரியார் செய்தார். ஆனால் அவற்றை இயற்றிய ஆசிரியர்கள் இன்றைக்கு இல்லை. ஒரு நூலை இயற்றியவர் உயிரோடிருக்கும் காலத்திலேயே அந்நூல் எரிக்கப்படுவதையும் எப்போதோ இயற்றிய நூல் ஒன்றையோ யாருக்கும் சொந்தமில்லாத பொதுச் சட்டத்தையோ எரிப்பதையும் சமமாகக் கருத முடியுமா என்னும் கேள்வி எனக்குள் எழுந்தது. எரிப்பை எதிர்கொள்ள வேண்டிய நிர்ப்பந்தம் கம்பருக்கும் சேக்கிழாருக்கும் கிடையாதே. அவர்கள் மீது காவல் நிலையத்தில் புகார் தெரிவிக்க முடியாது; வழக்குத் தொடுக்க இயலாது. ஒருவேளை, அவர்கள் உயிரோடிருந்த காலத்தில் இத்தகைய எதிர்ப்பு உருவாகியிருக்குமானால் அவர்கள் எவ்விதம் எதிர்கொண்டிருப்பார்கள் என்றும் என் யோசனை ஓடியது. 'ஒரு வாசகர் அல்லது ஒரு இயக்கம் ஒரு நூலை எரிப்பது அவர்தம் கருத்து, செயல்பாட்டுச் சுதந்திரம் சார்ந்ததுதான்' என்னும் கண்ணனின் கருத்து ஏற்புடையது தான். என்றாலும் நூலாசிரியரின் வாழ்நாளில் எரிப்பு நிகழ்வதற்கும் வாழ்நாளுக்குப் பிறகு எரிப்பு நடப்பதற்கும் இடையே உள்ள வேறுபாட்டையும் கருதிப் பார்க்க வேண்டும் என்று தோன்றுகிறது.

கம்பராமாயணத்தையும் பெரியபுராணத்தையும் எரிக்கும் காலத்தில் அவற்றின் ஆசிரியர்கள் இல்லை. எனினும் 'ஒரு நூல் என்பது உள்ளடக்கம்தான்' என்பதால் கம்பராமாயணம், பெரியபுராணம் ஆகிய நூல்களின் மீது பக்தியும் பற்றும் கொண்ட ஆயிரக்கணக்கான ஆர்வலர்கள்

இன்றும் உள்ளனர். ஆகவே அவற்றை எரிக்கும்போது அந்த ஆர்வலர்களின் மனம் புண்பட்டிருக்குமே, அதைக் கணக்கில் கொண்டு பார்க்க வேண்டுமல்லவா என்னும் கேள்வியும் எழுகிறது. நூலாசிரியர் பாதிக்கப்படுவது போல ஆர்வலர் எவரும் நேரடியாகப் பாதிக்கப்படுவதில்லை. மேலும் புண்படுதல் என்பதற்கான வரையறை என்ன? 'இதன் காரணமாக என் மனம் புண்பட்டுவிட்டது' என்று ஒருவர் சொல்வது அளவுகோல் ஆகுமா? அப்படியானால் எந்தக் கருத்தையும் எவரும் சொல்ல முடியாதே.

'பொது வாழ்க்கையிலே அப்படியெல்லாம் மனசு புண்படக் கூடாது' என்கிறார் பெரியார். 'அப்படிப் புண்படும் மனசு' ஒரு கருத்தைப் பரிசீலிக்கத் தவறிவிடுகிறது. பெரியார் பகுத்தறிவுச் சிந்தையும் பெரிய மனமும் படைத்தவர். கருத்துரிமையைப் போற்றும் சமூகம் சொல்லிக்கொள்ள வேண்டிய தாரக மந்திரம் 'அப்படியெல்லாம் மனசு புண்படக் கூடாது' என்பதுதான். 'மனம் புண்படாமல் இருக்கும் உரிமை என்பது கருத்துச் சுதந்திரத்திற்கு முற்றிலும் எதிரானது' என்பது கண்ணனின் கருத்து. ஒரு கருத்து யாரையாவது புண்படுத்தத்தான் செய்யும். எந்தக் கருத்து தன்னைப் புண்படுத்துகிறதோ அதைப் பரிசீலனைக்கு ஏற்றுக்கொள்ளும் சகிப்பு மனம் வாய்ப்பது தனக்கும் நல்லது, சமூக நலனுக்கும் அவசியமானது. ஒரு கருத்தைப் பரிசீலிக்கும் போதுதான் கருத்து மாற்றமும் வளர்ச்சியும் ஏற்படும்.

பொதுவெளிக்கு வரும் எல்லாவற்றையும் கருத்து என்று எண்ணி எதிர்வினை ஆற்றுவதை எப்படிப் பார்ப்பது? ஒன்றைக் கருத்தாகப் பார்ப்பது நல்லதே. அப்போதுதான் 'கருத்தைக் கருத்தால் எதிர்கொள்வது' நடக்கும். அதேசமயம் எல்லாவற்றையும் ஒரு குளுவைக்குள் அடக்கிவிடுவது போலக் கருத்தைப் பாவிக்க முடியாது. ஒன்றின் வெளிப்பாட்டு வடிவம் பற்றிய புரிதல் தேவை. 'எல்லா வெளிப்பாடுகளையுமே கருத்துக்களாக அணுகும்

ஒரு பார்வை நவீனத் தமிழ்ப் பண்பாட்டில் ஆழமாக வேரூன்றியுள்ளது. சிறுகதைகள், கவிதைகள், ஓவியங்கள், இசை எல்லாமே தமிழ்ச் சமூகத்தால் கருத்துகளாகச் சுருக்கப்பட்டு உள்வாங்கப்படுகின்றன' என்று சொல்லும் கண்ணனின் பார்வை முக்கியமானது. மாதொருபாகன் வழக்குத் தீர்ப்பில் முன்வைக்கப்பட்ட வழிகாட்டி நெறிமுறைகளில் ஒன்று இது:

'கலை, இலக்கியம் ஆகியவற்றை ரசிப்பதில் உருவாகும் மோதல்களைக் கையாளும் விஷயத்தில் அதிகாரிகளுக்கு முறையான புரிதலை ஏற்படுத்தும் வகையில் தொடர்ந்து நிகழ்ச்சிகள் நடத்தப்பட வேண்டும்.'

கலை இலக்கிய ரசனை சார்ந்த நிகழ்ச்சிகள் அதிகாரிகளுக்கு மட்டுமல்ல, எல்லாத் தரப்பினருக்கும் தேவை. கலை, இலக்கியங்கள் ஒற்றைத்தன்மை கொண்டவையல்ல. கருத்தை மட்டும் சுமக்கும் வாகனமும் அல்ல. அவை தரும் அனுபவ விரிவைப் படைப்பு வடிவத்தின் நுட்பத்தைப் புரிந்துகொள்ளும்போதே பெற முடியும். 'ஒரு படைப்பாளியின் படைப்பும் கருத்தும் அதனதன் தளத்திலேயே மறுக்கப்பட வேண்டும்', 'ஒரு நூலை, ஒரு கருத்தை இன்னொரு நூலாலும் கருத்தாலும் எதிர்கொள்வதே உத்தமம்' என்று கண்ணன் முன்வைக்கும் எண்ணங்கள் நடைமுறைக்கு வர வேண்டும். அதற்குக் கலை இலக்கிய ரசனைப் பயிற்சி பெரிதும் உதவும். ரசனையைக் கலையாகப் பயிலும் சமூகத்தில் கருத்துரிமை உயர்ந்து விளங்கும். கருத்துரிமையின் கூறுகள் மேம்படுவதற்குக் கலை இலக்கியப் பயில்வே சிறந்த தீர்வு.

இவ்விதம் பல எண்ணங்களைக் கிளர்த்தும் இந்நூல் கருத்துரிமைப் பிரச்சினைகள் உருவான காலத்திலேயே உடனடி எதிர்வினையாகக் கண்ணன் எழுதிய கட்டுரைகளின் தொகுப்பாகும். இப்பிரச்சினையை மேலும் விரிவான தளத்தில் விவாதிக்க ஒரு திறப்பாக இந்நூல் பயன்படும்.

இதற்கு என்னை அணிந்துரை எழுதும்படி கண்ணன் கேட்டுக்கொண்டார். மாதொருபாகன் பிரச்சினைக்குப் பிறகு கருத்துரிமை தொடர்பாக அவர் தொடர்ந்து சில கட்டுரைகளை எழுதியுள்ளார். அவரது எண்ணங்கள் கூர்மைப்பட அப்பிரச்சினை காரணமாக இருந்திருக்கிறது. அப்பிரச்சினைக்குப் பிறகு கருத்துரிமைத் தளத்தில் நானும் கவனம் செலுத்தி வருகிறேன். ஆகவே இந்நூலுக்கு நான் அணிந்துரை வழங்குவது பொருத்தமாக இருக்கும் என்று கருதியுள்ளார்.

கருத்துரிமை பற்றிச் சட்டரீதியிலும் கோட்பாட்டு அடிப்படையிலும் ஆங்கிலத்தில் பல நூல்கள் எழுதப் பட்டுள்ளன. தமிழில் ஏற்கெனவே சிறுசிறு வெளியீடுகள் வந்துள்ளன. இதழ்களில் கட்டுரைகள் எழுதப்பட்டுள்ளன. விரிவாக எழுதப்பட்ட தனிநூல் இல்லை. அவ்வகையில் கருத்துரிமை குறித்துத் தமிழில் வெளியாகும் முதல் நூல், முன்னோடி நூல் இது. முன்னோடி நூலுக்கு அணிந்துரை எழுதும் வாய்ப்பு எனக்கு அமைந்தமை மகிழ்ச்சி தருகிறது.

ஆத்தூர்   பெருமாள்முருகன்

17.12.2019

பயன்பட்ட நூல்

வீ.பா. கணேசன் (மொ.ஆ.), வழக்கு எண் 1215/2015, 'மாதொருபாகன்' வழக்குத் தீர்ப்புரை, 2016, சென்னை, பாரதி புத்தகாலயம்.

ஒழுக்கத்தின் கிழிந்த கொடி

தமிழகச் சமூகம் கடந்த நூற்றாண்டில் மிகவும் சிக்கலான பாதைகளில் பயணித் துள்ளது. மேற்கத்தியச் சிந்தனைகளின் தாக்கத்தில் தமிழகத்தில் பெண்ணுக்கான இடமும் சுதந்திரமும் விரிவுபெற்றுள்ளன. அதே நேரத்தில் நவீனமயமாதலோடு இணைந்து பற்பல சாதியினரை ஆட்கொண்ட மேல்நிலையாக்கம், சைவமயமாதல் மற்றும் மேற்கத்தியமயமாதலின் தாக்கத்தில் நெகிழ்வான சமூக மரபுகள் பல இறுக்கமடைந்தன.

'கண்கண்ட தெய்வ'த்தின் மரணத்திற்குப் பிறகு பெண் இறுதிவரை புலனடக்கி வாழ வேண்டும் என்பது தமிழ்ப் பண்பாடா, தாலி யின் புனிதத்தைக் காப்பாற்றும் பொருட்டுப் பெண் தனக்கு உவப்பளிக்காத ஆணுடன் வாழ வேண்டும் என்பது தமிழ்ப் பண்பாடா? மேற்படி கேள்விகள் சார்ந்து தமிழ்ச் சமூகத்தில் இருந்த பன்முகப் பார்வைகள், தமிழ்ச் சமூகம் நவீனமயமான காலத்தில் அழிந்துவிட்டன. மணவிலக்கு, மறுமணம், கூடிவாழுதல் போன்றவை சகஜமான

வழக்கங்களாக இருந்துவந்த சமூகங்களில்கூடத் 'தாலியை அறுத்துக் கட்டுபவர்கள்' எனும் 'பழி'க்கு அஞ்சி அவை வழக்கொழிக்கப்பட்டன. அதேபோல உடை சார்ந்த தமிழ்ப் பண்பாடு என்பதும் பன்முகப்பட்டதாகவே இருந்துள்ளது. மேல் சீலை அணிய நாடார்கள் நடத்திய போராட்டமும் நம் பண்பாடுதான். மேலாடை அணிவது தமிழர் பண்பாடாகவே இல்லாதிருந்ததும் நம் பண்பாடு தான். ரவிக்கை அணிவதும் பவுடர் பூசுவதும் தாசிகளின் பழக்கமாக இகழப்பட்டதும் நம் பண்பாடுதான். நவீன மயமாதலின் பகுதியாகப் பெண்ணின் உடைசார்ந்த இந்தப் பன்முகப் பார்வைகளும் அழிந்துவிட்டன.

இன்று பெண்ணின் ஒழுக்கம், கற்பு, உடை சார்ந்த ஒருமித்த பார்வை உருவாகியுள்ளது. பெண்கள் பெற்றிருக் கும் சுதந்திரங்களை வரையறுக்கும் முயற்சிகள் இன்று தீவிரமாக மேற்கொள்ளப்படுகின்றன.

தமிழ்ப் பண்பாட்டோடு இரண்டறக் கலந்துள்ள சைவ/சித்தர் மரபில் ஆழப் பதிந்திருக்கும் பெண் வெறுப்பு, பெண்ணைக் கண்காணிக்கும், கட்டுப்படுத்தும் இன்றைய மனோபாவத்திற்கு அடித்தளமாக உள்ளது. வைதீக மரபின் பெண் பற்றிய பார்வை மிக கட்டுப்பெட்டித்தனமானது என்பதை எடுத்துச் சொல்ல வேண்டியதில்லை. ஆங்கிலேயர் ஆட்சிக் காலத்தில் ஆளும் கோட்பாடாக இருந்த விக்டோரியப் பார்வையும் இன்றைய சகிப்புத்தன்மையற்ற தமிழ்ப் பண்பாட்டின் உருவாக்கத்தில் பங்களித்துள்ளது.

அரசியல் அடிப்படையில் பார்க்கையில் காங்கிரஸ், இடதுசாரி, திராவிட இயக்கங்கள் ஒழுக்கத்தின் மீது கொண்டிருந்த ஆழ்ந்த பற்றுதல் நடைமுறையில் பெண் சார்ந்தே அதிகமும் வெளிப்பட்டுள்ளன. விதிவிலக்காக ஒலித்த குரல்கள், பெரியார் போன்று, விதிவிலக்குகளாகவே இன்றும் ஒலிக்கின்றன. இடதுசாரிக் கட்சிகளில்கூடப் பெண்களுக்கு, எழுதப்படாத விதியாக, உடைக் கட்டுப்பாடு

உள்ளது என்ற செய்தியும் உடைக் கட்டுப்பாட்டுப் பிரச்சினையிலும் குஷ்பு விவகாரத்திலும் குரல் எழுப்பிய இடதுசாரிப் பெண்களின் குரல்கள் அடக்கப்பட்டன என்ற செய்தியும் அதிர்ச்சி அளிப்பவை. தி.க. தலைவர் வீரமணியும் உடைக் கட்டுப்பாட்டை ஆதரித்துள்ளார்.

இன்று தமிழகத்தில் பண்பாடு பற்றி வெகுஜன தளத்தில் இருந்துவரும் புரிதலில் சினிமா மற்றும் மீடியாவின் பங்கு ஆதாரமானது. தமிழ்ப் பண்பாட்டை நிர்ணயிப்பதில் பெரும் பங்காற்றிவரும் சினிமாவில் வெளிப்படும் பெண் பற்றிய பார்வை பொதுவாக மிகப் பிற்போக்கானது என்பதோடு போலித்தனமும் முரண்பாடும் தந்திரமும் நிறைந்தது. தமிழ் மீடியாவின் பெரும்பகுதிக்குச் சுயமான இருப்பும் பார்வையும் இல்லை. தமிழ் சினிமா மற்றும் அரசியல் பண்பாட்டின் நீட்சியாகவே அது உள்ளது. பெண்ணை அடக்கியும் அவமதித்தும் பேசியபடியே கண்ணகியின் கற்பை விதந்தோதும் பண்பாடு நம் அரசியல் பண்பாடு. பெண் உடலைச் சுரண்டியபடியே பெண்ணின் இடத்தை ஆணுக்குக் கீழானதாகவும் தாலியைக் கைவிலங்காகவும் சித்தரிப்பது நம் சினிமா பண்பாடு.

தமிழ் சினிமாவிலும் தொலைக்காட்சியிலும் பெண்கள் தாலிப் பிச்சை கேட்டுத் தினமும் கதறிக்கொண்டே இருக்கிறார்கள். இன்றுவரை தாலிப் பிச்சை கேட்ட எந்தப் பெண்ணையும் நான் பார்த்ததில்லை. அத்தகைய பெண்களைப் பார்த்தவர்களையும் பார்த்ததில்லை. ஆனால் அத்தகைய பெண்களை உருவாக்கும் பணி இப்போது மீடியா வழியே தீவிரமாக நடைபெற்று வருகிறது.

பெண்ணைக் கண்காணிக்கும் ரகசிய போலீஸ்போலச் செயல்படுகிறது. தமிழ்ப் பெண் கண்காணிப்புக்கு உள்ளாகாத ஒரு இடமோ ஒரு நொடியோ தமிழ் பேசும் நம் உலகில் எங்குமே இல்லை என்பதை நினைத்துப் பார்க்கும்போது இந்தப் போலிப் பண்பாடு எவ்வளவு பயங்கரமானது என்பதை உணர முடியும்.

உடை மற்றும் கற்பு பற்றிய சமீபத்திய விவாதங்கள் பண்பாட்டு பாசிசம் பற்றிய பீதியை எழுப்புகின்றன. மிக ஆபத்தானதொரு பண்பாட்டுச் சூழலை இன்று நாம் எதிர்கொள்ள வேண்டியுள்ளது. விடுதலைச் சிறுத்தைகள் முதல் பாஜக வரையிலான அரசியல் கட்சிகள், வெகுசன ஊடகங்கள், கல்வியாளர்கள், போலீஸ், நீதித் துறை, 'மக்கள்' கருத்து எனப் பெண் சுதந்திரத்திற்கு எதிராக உருவாகியுள்ள இந்த 'வானவில் கூட்டணி'யில் உருவாகிவரும் பாசிசத்தின் கோர முகம் தெரிகிறது. நீண்ட போராட்டத்தின் விளைவாகப் பெண்கள் தமதாக்கிக்கொண்டிருக்கும் அடிப்படைச் சுதந்திரங்களை மீளப் பிடுங்குவதற்கு மேற்கொள்ளப்படும் முயற்சிகள் தீவிரமடைந்துள்ளன.

தமிழ்ப் பாதுகாப்பு இயக்கம் பண்பாட்டு ஒடுக்குமுறை இயக்கமாக உருவாகிவருகிறது. தமிழகத்தின் சிவசேனையாக உருவாகிவரும் இந்த இயக்கம் தமிழ் அடையாளத்தின், தமிழ் வாழ்வின் பரிணாம வளர்ச்சிக்கு எதிரானது.

குஷ்பு உருது முஸ்லிம் என்பதாலும் அவர் மும்பையைச் சேர்ந்தவர் என்பதாலும் தமிழ்ப் பண்பாடு பற்றிப் பேச அவருக்கு அருகதை இல்லை எனக் கூறப்பட்டுள்ளது. தமிழகத்தின் சாமானிய மக்கள் குஷ்புவைத் தமிழ்ப் பெண்ணாக ஏற்றுக்கொண்டு அவருக்குக் கோயில்கூடக் கட்டியுள்ளனர். எனினும் தமிழ்ப் பண்பாட்டுத் தளபதி களுக்கு அவரது இருப்பையும் செயல்பாட்டையும்விட அவரது பிறப்பு அதிக முக்கியத்துவமுடையதாகத் தெரிகிறது. சிறுபான்மை மதத்தினருக்கும் சிறுபான்மை மொழியினருக்கும் சிறுபான்மை சாதியினரும் தீண்டப் படாத மக்களும் தமிழ் அடையாளத்தை வெளிப்படை யாகவும் உள்ளூறையாகவும் மறுத்துவரும் தமிழ்ச் சனாதனிகளின் அடையாள அரசியலை ஒரு முடிவுக்குக் கொண்டுவருவது தமிழ் வாழ்வும் மொழியும் செழுமையுற இன்றியமையாத தேவை. தமிழ் அடையாளம் அதை ஏற்க

விரும்பும் அனைவருக்கும் உரியது. அதை யாருக்கும் மறுக்கும் அதிகாரம் எவருக்கும் இல்லை.

எந்தக் கூற்றுகளுக்காகக் குஷ்புவுக்குத் தமிழ் அடையாளம் மறுக்கப்பட்டதோ அவற்றைப் படிக்கும் போது, பெண்களை ஒடுக்கத் துடிக்கும் மேற்படி தமிழ்ப் பாதுகாப்பு வீரர்களைக் காட்டிலும் குஷ்பு மேலான தமிழர் என்றே கருத வேண்டியுள்ளது. பெரியார் இன்றிருந் திருந்தால் குஷ்புவின் கருத்துகளுக்கு ஆதரவாகவும் தமிழ்ப் பண்பாட்டு பாசிஸ்டுகளுக்கு எதிராகவும் கருத்துப் பிரச்சாரம் மேற்கொண்டிருப்பார் என்றே நினைக்கிறேன்.

'ஒருவனுக்கு ஒருத்தி' என்பதுதான் தமிழ்ப் பண்பாடு என்றும் குஷ்பு இந்த 'ஆத்திசூடியை' மீறிவிட்டதால் அவர் தமிழ்ப் பண்பாட்டை அவமதித்துவிட்டார் என்றும் அவர்மீது தமிழகமெங்கும் வழக்கு தொடரப்பட்டுள்ளது. நீதியோடு பண்பாட்டையும் காப்பாற்றச் சுயமுடிவு செய்திருக்கும் நமது தமிழ் நீதியரசர்கள் ஜரூராக சட்ட நடவடிக்கை எடுத்துள்ளனர். மிகமிக அத்தியாவசியமான வழக்குகளில் ஏற்படும் தாமதம் இதுபோன்ற மீடியா கவனமெடுக்கும் சாரமற்ற வழக்குகளில் ஏற்படாது போவதைப் புரிந்துகொள்ள முடியவில்லை.

இது போன்ற ஆதிக்க சக்திகள் ஒன்றிணையும் சூழலில் மாற்றுக் குரல்கள் பெண்ணியவாதிகளிடமிருந்தும் தலித்திய வாதிகளிடமிருந்தும் மாற்றுச் சிந்தனையாளர்களிடமிருந்தும் எழும் என எதிர்பார்ப்பது இயல்பு. அவை அழுத்தமாக வெளிப்பட்டும் வருகின்றன. ஆனால், தமிழகத்தின் முன்னணி தலித் தலைவரான திருமாவளவன் உடைக் கட்டுப்பாட்டிற்கு ஆதரவாகவும் குஷ்பு மற்றும் சுஹாசினிக்கு எதிராகவும் முன்னின்று செயல்படுவதை ஒரு சோக முரண் என்றுதான் சொல்ல வேண்டும். இவர்கள் தமிழ்ப் பெரும்பான்மைச் சாதியைச் சேர்ந்த பெண்களாக இருந்தால் இதே நடவடிக்கைகளில் திருமாவளவன்

இறங்கியிருப்பாரா? இன, மொழி அடிப்படைவாதிகள் உருவாக்கிவரும் குறுகிய தமிழ் அடையாளத்தின் வரையறைக்குள் தலித்துகளை இறக்குமதி செய்ய அவர் செய்துவரும் சமரசங்களும் ஈடுபடும் சில செயல்பாடுகளும் வெளிப்படுத்தும் பல கருத்துகளும் ஆபத்தானவை.

பெண் சகவாசத்திற்கு அப்பாற்பட்ட புனிதர்களாகத் தம் பிம்பத்தை உருவாக்கிவருபவர்களுக்கும், நிராயுதபாணி களாக நிற்கும் இரு நடிகைகளுக்கும் எதிராக வாளேந்தி நிற்கும் மாவீரர்களுக்கும் ஒரு எளிய வேண்டுகோள்: நீங்கள் அறியாதவை பற்றி அறிந்த பின்னர் பேசுங்கள்.

*தலைப்பு: பசுவய்யா கவிதை வரி
காலச்சுவடு, இதழ் 72, டிசம்பர் 2005.

●

வெளிப்பாட்டுச் சுதந்திரம்

கருத்துச் சுதந்திரம் என்பது, துல்லியமாக வரையறுக்கப்பட்ட பொருளில், பலதரப்பட்ட கருத்துகளை வெளிப்படுத்துவதற்கான சுதந்திரத்தை மட்டுமே குறிக்கிறது. எல்லா வெளிப்பாடுகளுக்கான சுதந்திரத்தையும் அது சுட்டுவதில்லை. தமிழ்ச் சமூகத்தில், கடந்த காலங்களில் கருத்துச் சுதந்திரத்திற்கான வெளி பெருமளவுக்குக் காப்பாற்றப்பட்டுவந்துள்ளது. இன்று அந்த வெளி மிகவும் குறுகிவருகிறது. இது கருத்துச் சுதந்திரம் தொடர்பான பிரச்சினை.

வெளிப்பாட்டுச் சுதந்திரம் தொடர்பான பிரச்சினை இன்னும் ஆழமானது. எல்லா வெளிப்பாடுகளையுமே கருத்துகளாக அணுகும் ஒரு பார்வை, நவீன தமிழ்ப் பண்பாட்டில் ஆழமாக வேரூன்றியுள்ளது. சிறுகதைகள், கவிதைகள், ஓவியங்கள், இசை எல்லாமே தமிழ்ச் சமூகத்தால் கருத்துகளாகச் சுருக்கப்பட்டு உள்வாங்கப்படுகின்றன.

எனவே வாழ்வின் இருண்ட பகுதி களையும் கலைஞர்கள் தம் படைப்புகளில்

வெளிப்படுத்த முனையும்போது 'ஆபாசம்', 'பிற்போக்குத் தனம்' போன்ற முத்திரைகள் அவர்கள் மீதும் படைப்பின் மீதும் குத்தப்படுகின்றன. 'வாழ்க்கை வேறு, இலக்கியம் (அல்லது படைப்பு) வேறு அல்ல' என்ற நம்பிக்கைக்கு ஏற்ப ஒரு கலைஞன் சுதந்திரமாகத் தன்னை வெளிப்படுத் துவதற்கான ஒரு சூழல் நவீனயுகத்தில் தமிழகத்தில் இருந்திருப்பதாகத் தெரியவில்லை.

○

கருத்துச் சுதந்திரத்திற்கான போராட்டத்தில், உலக அளவில் முன்னணியில் செயல்படும் அறிஞர் நோம் சோம்ஸ்கி, கருத்துச் சுதந்திரத்தை இவ்வாறு வரையறுக்கிறார்:

கருத்து வெளிப்பாட்டிற்கான சுதந்திரம் என்பது நாம் ஆதரிக்கும் கருத்துகளுக்கான சுதந்திரம் மட்டும் அல்ல. நம்மை அதிர்ச்சியடையச் செய்யும் கருத்துகளுக்கான சுதந்திரமும்கூட.[1]

இக்கூற்றை முன்வைத்து, தமிழகத்தில் கருத்துச் சுதந்திரத்திற்கான இடம் நேற்றும் இன்றும் எவ்வாறு இருந்துள்ளது என்பதைப் பார்க்கலாம்.

தமிழகத்தில் பல அதிர்ச்சிகரமான மாற்றுக் கருத்து களை வெளிப்படுத்துவதை வாழ்நாள் பணியாகவே மேற்கொண்டவர் பெரியார். சுமார் ஐம்பதாண்டுகள், பெண்கள் பற்றியும் மதம் பற்றியும் சமூக அமைப்பு பற்றியும் பெரும்பான்மையினரால் செரிக்க முடியாத கருத்துகளை அவர் தொடர்ந்து பேசியும் எழுதியும் வந்தார். அதற்கான சுதந்திரம் அவருக்குக் கடைசிவரை மறுக்கப்படவில்லை. 60களிலும் 70களிலும் திராவிட இயக்கத்திற்கு எதிரான கருத்துகளை மிகக் கடுமையான மொழியில் வெளிப் படுத்திவந்தவர் ஜெயகாந்தன். அதற்கான கருத்துச் சுதந்திர மும் அவருக்கு இருந்திருக்கிறது என்பது வெளிப்படை. பெரியார் தோன்றிய மேடையிலேயே, அவருடன் முரண் பட்டு ஜெயகாந்தன் பேசியிருக்கிறார். அந்த அனுபவம் பற்றி இவ்வாறு குறிப்பிடுகிறார்:

(என்னுடைய) பிரசங்கம் முடிந்ததும் பல திராவிடக் கழக அன்பர்கள் எனது பேச்சால் தங்கள் மனம் புண்பட்டுவிட்டதாகப் பெரியார் அவர்களிடம் சென்று முறையிட்டுக்கொண்டனர். அப்போது பெரியார் அந்தத் தி.க. தோழர்களுக்கு மிகவும் கண்டிப்பாக அறிவுரை வழங்கினார்: "பொது வாழ்க்கையிலே அப்படியெல்லாம் மனசு புண்படக் கூடாது. இவர் ஒருத்தர்தான் நமக்குப் பதில் சொல்லி இருக்காரு. நாம்ப எவ்வளவு பேரைக் கேள்வி கேட்டிருக்கோம்? அவங்க மனசு புண்படுமேன்னு யோசிச்சோமா? அப்படியெல்லாம் யோசிச்சிக்கிட்டிருக்க முடியாது." அவரது இந்த அறிவொழுக்கம் (intellectual honesty) எனக்கு அவர் அன்று உபதேசித்த ஒரு பாடமா யிற்று. பின்னர் அவர் என்னை அழைத்தார். மிக மரியாதை யாக, ஓர் ஆஸ்திக சமாஜத்தைச் சேர்ந்த மடாதிபதி போல, மிகவும் பண்போடு, இருபத்தி நான்கு வயதே ஆன என்னை, "வாங்க, ஐயா!" என்று கரங்கூப்பி அழைத்தார். அக்காலத்திலெல்லாம் நான் யாரையும் காலில் விழுந்து வணங்கியதில்லை. ஆனால் அப்படி ஓர் உணர்வு எனக்கு அப்போது தோன்றியது உண்மை! அவர் என்னை விசாரித்தார்: "நீங்க பிராமணப் பிள்ளையா?" "இல்லை" என்றேன். "ரொம்ப சந்தோஷம்" என்றார். நான் விடைபெற்றுக்கொண்டேன்.[2]

கடுமையான கருத்து வேறுபாடுகளைத் தாண்டி, இளமையிலிருந்து இறுதிவரை பெரியாரும் ராஜாஜியும் கொண்டிருந்த ஆழமான நட்பு, சகிப்புத்தன்மை சிறந்த ஒரு முன்னுதாரணம். பெரியார் இந்த நட்பைக் 'காதல்' என்றே குறிப்பிடுகிறார். 1967இல் ஆட்சியமைத்த அறிஞர் அண்ணா, தேர்தலில் தனக்கு எதிராகக் கடுமையாகப் பிரச்சாரம் செய்த பெரியாரைச் சந்தித்து ஆசிபெற்றுவிட்டு, முதலமைச்சர் பதவியை ஏற்றுக்கொண்டார். 1971இல் ஆட்சிக்குத் திரும்பிய கலைஞர் கருணாநிதி, அந்தத் தேர்தலில் எதிர்நிலையில் பிரச்சாரம் மேற்கொண்ட ராஜாஜியின் ஆசியைப் பெற்றுவிட்டுப் பதவியேற்றார். தமிழகத்தில்,

கடுமையான கருத்து முரண்பாடுகளுக்கிடையிலும் சகிப்புத் தன்மை மேம்பட்டிருந்த ஒரு சூழல் அரசியலில் நிலவியது என்பதற்கு இவை சில சான்றுகள்.

இத்தகைய அரசியல் பண்புகள் எம்.ஜி.ஆருக்கும் கருணாநிதிக்கும் இடையே ஏற்பட்ட உட்கட்சி முரண்பாடுகளில் சீரழியத் தொடங்கின. திமுக விலிருந்து எம்.ஜி.ஆர். வெளியேறிய காலகட்டத்தோடு சகிப்பின்மை தமிழ்ச் சூழலில் மிகத் தொடங்கியது. கருத்துச் சுதந்திரத்திற்கான வெளியும் குறுகத் தொடங்கியது. அரசியல் வேறுபாடு, தனிநபர் வேறுபாடாகக் குறுகத்தொடங்கிய காலம் இது. பின்னர் எம்.ஜி.ஆரும் கருணாநிதியும் சட்டசபையின் வராந்தாவில், எதிர்பாராத விதமாகச் சந்தித்து, பரஸ்பரம் வணக்கம் மட்டும் சொல்லிக்கொள்வதுகூடப் பெரிய அதிசயமாகப் பார்க்கப்பட்டது. இது செய்தித்தாள்களில் முதல் பக்கச் செய்தியாக வெளிவந்தது, பல ஆச்சரியக்குறிகளுடன்! மதுரையிலிருந்து சென்னைக்கு ஒரே பயணிகள் விமானத்தில் எம்.ஜி.ஆரும் கருணாநிதியும் சந்தர்ப்பவசமாகப் பயணிக்க நேர்ந்ததுகூடத் தலைப்புச் செய்தியாயிற்று.[3]

சுதந்திரம் கருத்தியல் தளத்தில் இயல்பாக இருந்து வந்த நிலை 1975இல் நெருக்கடிநிலையோடு ஒரு முடிவுக்கு வருகிறது. சில ஆண்டுகள் மக்களிடமிருந்து எல்லாச் சுதந்திரங்களும் ஆளும் வர்க்கத்தால் எடுத்துக்கொள்ளப்பட்டன. கவிஞர் ஆத்மாநாம் ஒரு கவிதையில் இவ்வாறு எழுதுகிறார்:

> எனது சுதந்திரம்
> அரசாலோ தனிநபராலோ
> பறிக்கப்படுமெனில்
> அது என் சுதந்திரம் இல்லை
> அவர்களின் சுதந்திரம்தான்.[4]

சுதந்திரம், சில ஆண்டுகளுக்குப் பிறகு மீண்டும் பெறப்பட்டாலும், அது கொடுக்கப்பட்ட சுதந்திரமாகவே இன்றுவரை இருந்துவருகிறது. நம்முடைய அடிப்படை

உரிமையாக அது மாறவேயில்லை. தமிழக அரசியலில் நம்முடைய தற்போதைய முதலமைச்சர் ஜெயலலிதா அரசியலுக்கும் ஆட்சிக்கும் வந்த காலகட்டத்தோடு சகிப்பின்மை புதிய உச்சங்களை எட்டியது. அரசியல் வேறுபாடுகள், விரோத நிலையையும் தாண்டி, துவேஷங் களாக மாறின. அப்போது மத்திய அமைச்சராக இருந்த ப. சிதம்பரம் திருச்சிக்கு வருகை தந்தபோது, அரசியல் ரவுடிகளால் உருட்டுக்கட்டைகளால் தாக்கப்பட்டது ஒரு வெறியாட்டத்தின் துவக்கமாக அமைந்தது.அதில் முதல் நபராக அடையாளம் காணப்பட்டவர், பின்னர் ஒரு தேர்தலில் அதிமுக வேட்பாளரானார். ஜோதிடர்களும் வாஸ்து சாஸ்திர அறிஞர்களும் தமிழக அரசியலையும் சென்னை மாநகரத்தின் வரைபடத்தையும் தீர்மானிப்பவர் களாக மாறினார்கள். கலைஞர் கருணாநிதியின் நள்ளிரவுக் கைதோடு சகிப்பின்மை புதிய உச்சத்தை எட்டியது. சகிப்புத்தன்மை என்றால் என்ன என்று ஒவ்வொரு நாளும் தமிழக ஆளும் வர்க்கம், நம்மை நோக்கிக் கேலியாகக் கேட்டுக்கொண்டேயிருக்கிறது.

தமிழ்ச் சமூகத்தில் இதழியலாளர்களுக்கு இன்று இருக்கும் நிலைமையைப் பார்க்கலாம். மாற்றுக் கருத்துக் கொண்ட பத்திரிகையாளர்களை முதலமைச்சர் ஜெயலலிதா எதிர்கொள்ளும் விதம் மிகவும் பிரசித்தமானது. நக்கீரன் கோபாலின் அநீதியான கைதிலிருந்து, தி ஹிண்டு நாளிதழ் மீதான தாக்குதல் வரை பல உதாரணங்களைத் தர முடியும். பத்திரிகையாளர்கள் ஜெயலலிதா ஆட்சிக்கு எதிராகப் பல போராட்டங்களைத் தமிழகத்தில் நடத்தியுள்ளார்கள். ஆனால் திமுக, முரசொலி வழி மாற்றுக் கருத்துகளை எதிர்கொள்ளும் விதம் உரிய கவனம் பெற்றதில்லை. மூத்த பத்திரிகையாளரான டி.என். கோபாலன், ஞாநி, வாஸந்தி போன்றோர் திமுகவை விமர்சிக்கும்போது கேவலமான முறையில் முரசொலியால் தாக்கப்பட்டுள்ளனர். டி.என். கோபாலன், போயஸ் கார்டனுக்குப் பெட்டி வாங்கப் போவதாக முரசொலி கார்ட்டூன் வெளியிட்டது.

இதே போல ஞாநியைப் பற்றியும் ரசக்குறைவான ஒரு கார்ட்டூனை முரசொலி வெளியிட்டுள்ளது. திமுகவை விமர்சித்த ஒரு செய்திக் கட்டுரை இந்தியா டுடேயில் வெளிவந்தபோது அதன் ஆசிரியராக இருந்த வாஸந்தியை முரசொலியும் குங்குமமும் அவமதித்த முறைகள் பற்றி அவரே எழுதியுள்ளார்.[5] அவை கீழ்க்கண்டவாறு:

1. வாஸந்தியின் ஒழுக்கத்தைக் கேள்விக்குட்படுத்தியது.
2. அவர் சாதியைக் குறிப்பிட்டு விமர்சித்தது.
3. அவரது பெயரை 'வாந்தி' என்று திரித்து எழுதியது.
4. வாஸந்தியை 'வா சந்திக்கு' என்று இழுக்க எத்தனை நேரமாகும் என்று கேள்வி தொடுத்தது.

இவை சட்ட விரோதமான நடவடிக்கைகள் அல்ல. ஆனால் கருத்துச் சுதந்திரத்தை முடக்கிப்போடும் நடவடிக்கைகள்.

அதிகார வர்க்கம் கலைஞர்களை, அறிவுஜீவிகளை எவ்வாறு அணுகுகிறது என்பது ஒரு சமூகத்தின் வளர்ச்சிக்கும் வீழ்ச்சிக்கும் முக்கியமானது. இருபதாம் நூற்றாண்டில் கருத்துச் சுதந்திரத்திற்கும், கலைஞர்களின் வெளிப்பாட்டிற்கும் எதிரான ஒரு குறியீடாக இருந்தவர் ஸ்டாலின். ஸ்டாலின் என்று நான் இங்கே குறிப்பிடுவது சோவியத் யூனியனின் அதிபராக இருந்த ஜோசப் ஸ்டாலினை. ஸ்டாலின் ஆண்ட காலத்தில் கொலைசெய்யப்பட்ட ஒரு கவிஞர், ஓசிப் மாண்டல்ஷாம். அவருடைய மனைவி நடாஷா, தனது நூலில் ஒரு சம்பவத்தைப் பதிவு செய்கிறார்.[6] ஸ்டாலினும் குருஷ்சேவும் பிறரும் ஒரு நாடகம் காணச் செல்கிறார்கள். அதில் துரோகி வேடத்தில், புச்மா என்ற உக்ரேனிய நடிகர் அற்புதமாக நடிக்கிறார். அப்போது ஸ்டாலின் கூறுகிறார்: "ஒரு நிஜமான துரோகியால் மட்டுமே துரோகி வேடத்தில் இவ்வளவு தத்ரூபமாக நடிக்க முடியும்." புச்மாவைக் கண்காணிக்கும்படி குருஷ்சேவுக்கு ஸ்டாலின் உத்தரவிடுகிறார். பின்னர் குருஷ்சேவுக்குத் தெரியாமல்,

அதே நடிகரைக் கண்காணிக்கும்படி மலேங்கோவிற்கும் உத்தரவிடுகிறார்.

சோவியத் ரஷ்யாவின் வீழ்ச்சிக்குக் கலைஞர்கள் தொடர்பான இந்த அணுகுமுறை ஒரு முக்கியமான காரணம் என்று கருதுகிறேன். இதிலிருந்து தமிழக ஆளும் வர்க்கம் கற்றுக்கொள்ள வேண்டிய பாடங்கள் நிறைய உண்டு.

○

சகிப்பின்மை, தமிழக ஆளும் வர்க்கத்தினரிடம் மட்டுமே காணப்படும் ஒரு பண்பு அல்ல. அது நம் ஒவ்வொருவருக்குள்ளும் இருக்கிறது. எதிர்நிலையிலிருப்போரின் சகிப்பின்மையின் கூர்முனைகளால் கிழிக்கப்பட்டபோது எனது சகிப்புத்தன்மையைத் தக்கவைத்துக்கொள்வது எளிதானதாக இருந்ததில்லை. எல்லாச் சமயங்களிலும் சாத்தியப்பட்டதும் இல்லை. இதற்கெதிரான போராட்டம் நம் உள்ளே இருந்து தொடங்கி, சமூகத்தை நோக்கி விரிய வேண்டும். கடந்த பத்தாண்டுகளாகத் தீவிர இதழ் ஒன்றின் ஆசிரியராகப் பணியாற்றிய அனுபவத்தில் தமிழகத்தின் எழுத்தாளர்கள், அறிவுஜீவிகள், மாற்றுச் சிந்தனையாளர்கள் ஆகியோரிடம் சகிப்பின்மையின் உச்சங்களைக் கண்டிருக்கிறேன். இவர்கள் கையில் அசலான அதிகாரம் கிடைத்தால் என்ன ஆட்டம் போடுவார்களோ என்று அஞ்சியதும் உண்டு. தாங்கள் விரும்பாத கட்டுரை ஒன்று *இந்தியா டுடேயில்* வெளியானபோது 'கலக'ச் சிந்தனையாளர்கள் அதை எதிர்கொண்ட விதம் பற்றி வாஸந்தி இவ்வாறு குறிப்பிடுகிறார்:

'இந்தியா டுடே, மலம் அள்ளத்தான் லாயக்கு' என்று இகழப்பட்டது. பலர் அந்தப் பக்கங்களைக் கிழித்து, அதன் மேல் சிறுநீர் கழித்ததாகக் கேள்விப்பட்டபோது நான் நம்பவில்லை. மறுநாள் எனக்குத் தபாலில், ஒரு கடித உறையில், கட்டுரைப் பக்கத்தில் மலம் வைக்கப்பட்டு அனுப்பப்பட்டிருந்தது.[7]

எது கருத்துச் சுதந்திரம்?

அத்தோடு மோசமான வசவுகள் கொண்ட கடிதமும் அனுப்பப்பட்டதாக வாஸந்தி குறிப்பிடுகிறார்.

சில ஆண்டுகளுக்கு முன்னர் தமிழகத்திற்கு வந்திருந்த அம்பேத்கரிய அறிஞர் கெயில் ஓம்வட் பதிவு செய்த ஒரு செய்தி நம் கவனத்திற்குரியது. விடுதலைச் சிறுத்தைகள் தலைவர் திருமாவளவனின் *Talisman* நூலுக்கு எழுதிய முன்னுரையில் 'தமிழகத்தில் பெரியாரை விமர்சனமே செய்யக் கூடாது' என்று நம் அறிவுஜீவிகள் கொண்டிருந்த பிடிவாதத்தைப் பார்த்துத் திகைத்துப்போனதாக அவர் குறிப்பிடுகிறார்.[8] தான் உட்பட எல்லாவற்றையும் கேள்வி கேட்கச் சொல்லித் தொடர்ந்து வற்புறுத்தி வந்த பெரியார், இன்று கேள்விக்கு அப்பாற்பட்டவராக நிறுத்தப்பட்டிருப்பது, இடைப்பட்ட காலத்தில் கருத்துச் சுதந்திரத்திற்கு ஏற்பட்ட சிதைவின் குறியீடுபோல எனக்குத் தோன்றுகிறது.

❍

இனி கலை மற்றும் படைப்புத் துறைகளில் இருக்கும் நிலையைப் பார்க்கலாம்.

'சாமி' என்னும் தமிழ்த் திரைப்படத்தில் கவிஞர் சினேகன் எழுதிய ஒரு பாட்டு சர்ச்சைக்குள்ளானது. அதிலும் குறிப்பாக,

> கல்யாணம்தான் கட்டிக்கிட்டு ஓடிப்போலாமா
> ஓடிப்போய் கல்யாணந்தான் கட்டிக்கலாமா

என்றவாறு இருந்த இரு வரிகள் ஒழுக்கவாதிகளால் கடுமையாகக் கண்டிக்கப்பட்டன. கல்யாணம் செய்து கொண்டு ஓடிப்போவதும், ஓடிப்போய் கல்யாணம் செய்து கொள்வதும் தமிழ்ச் சமூகத்தில் காலம் காலமாக நடந்து கொண்டிருக்கும் ஒரு விஷயம். சங்க இலக்கியம் தொட்டு மேற்படி செயல்பாட்டைக் குறிப்பிடும் பல இலக்கியப் பதிவுகள் உள்ளன என அறிகிறேன். சினேகனின் பாட்டைத் தடைசெய்ய வேண்டும் என்று போராடும்போது, அது

நமது இலக்கியப் பாரம்பரியத்திற்கு எதிரான போராட்டமாகவும் மாறிவிடுகிறது. தமிழ்ச் சமூகத்தில் இன்று இவ்வாறு ஓடிப்போகும் காதல் ஜோடிகள் வெட்டிக் கொல்லப்பட்டு அடையாளம் இல்லாமல் புதைக்கப்படுகின்றனர். இதை யாரும் கண்டிப்பதில்லை. இதற்கு எதிராக யாரும் போராடுவதுமில்லை. இப்படி இருக்கிறது நம் பண்பாட்டுச் சூழல். அத்தோடு ஓடிப்போய் திருமணம் செய்வதும், திருமணம் செய்து ஓடிப்போவதும் கலப்புக் காதல் திருமணங்களில்தான் இன்று அதிகமும் நடைபெறுகின்றன. எனவே ஆபாச எதிர்ப்பு, பண்பாடு என்ற போர்வையில் இங்கு சாதியம் காப்பாற்றப்படுகிறதோ என்ற சந்தேகம் ஏற்படுகிறது. ஏனெனில் தமிழ்ப் பண்பாடு என்பது பல சமயங்களில் சாதியப் பண்பாட்டையே இங்கு சுட்டுகிறது.

பிரச்சினை தீவிரம் அடைந்ததும் சினேகன் ஒரு தொலைக்காட்சியில், மேற்படி வரிகளை எழுதியதற்காக மன்னிப்புக் கேட்டுக்கொண்டார். அதோடு விடாமல் பாவப் பரிகாரமாகவும், தன்னைச் சிறந்த ஒரு தமிழனாக நிறுவிக்கொள்ளும் பொருட்டு ஒரு சபதமும் எடுத்துக் கொண்டார். "இப்படி (ஆபாசமாக) எழுதும் இரண்டு மூன்று பெண்களை நான் பார்த்தால் மவுண்ட் ரோட்டில் நிற்கவைத்து பெட்ரோல் ஊத்திக் கொளுத்துவேன்."[9] கடந்த பத்தாண்டுகளாகத் தமிழ் இலக்கிய உலகில் உருவாகிவரும் ஒரு புதிய போக்கு பெண் படைப்பாளிகளின் வருகை. இந்தப் பத்தாண்டுகளில், குறிப்பிடத் தகுந்த சுமார் 25 பெண் எழுத்தாளர்கள் தோன்றியுள்ளனர். 'ஆபாசம்', 'தமிழ்ப் பண்பாடு' போன்ற ஆயுதங்கள் மூலம், இவர்களின் வெளிப்பாட்டுச் சுதந்திரம் கடுமையான தாக்குதலுக்கு உள்ளாகிவருகிறது.

❍

தமிழ்ப் பண்பாடு பற்றிய கவலையும் ஒழுக்கம் பற்றிய பார்வையும் நடைமுறையில் எப்போதும் பெண்கள் சார்ந்தே அதிகமும் வெளிப்பட்டுவந்துள்ளன. உடை

பற்றியும் பாலியல் பற்றியும் தமிழ்ச் சமூகத்தில் இருந்த பன்முகப் பார்வைகள் அழிந்துவருகின்றன. எல்லாவற்றைப் பற்றியும் ஒருமித்த பார்வை உருவாகிவருகிறது. பண்பாட்டுப் பிரச்சினைகளில் பாரதீய ஜனதா கட்சியிலிருந்து விடுதலைச் சிறுத்தைகள் வரை ஒருமித்த குரலில் பேசத் தொடங்கி யுள்ளனர். கல்லூரிகளில் உடைக் கட்டுப்பாடு பற்றியும் குஷ்பு சர்ச்சை தொடர்பாகவும் சுஹாசினிக்கு எதிராகவும் பேசப்படும் கருத்துகள் அச்சத்தைத் தருகின்றன.

கருத்துச் சுதந்திரம், வெளிப்பாட்டுச் சுதந்திரம் ஆகியவற்றைத் தக்கவைத்துக்கொள்வதற்காக நாம் செயல்பட வேண்டியது அவசியம், அவசரம். ஆனால் அத்தகைய செயல்பாடு பலதரப்பட்டதாக இருக்க முடியும் என்பதையும் நாம் ஏற்றுக்கொள்ள வேண்டும். எழுதுவது, பேசுவது, பிரச்சாரம் செய்வது, போராட்டம் நடத்துவது எனப் பல விதங்களில் செயல்பட முடியும். இவை போன்ற நேரடிச் செயல்பாடுகளாக அல்லாமல் படைப்பாளிகளும் கலைஞர்களும் தம் படைப்பின் மூலமும் ஒடுக்குமுறையை எதிர்கொள்ள முடியும். எதிர்ப்பின் எல்லா வெளிப்பாடு களையும் நாம் வரவேற்கவும் அங்கீகரிக்கவும் வேண்டும். ஆத்மாநாமின் ஒரு கவிதை:

> எதிர்த்துவரும்
> அலைகளுடன் நான் பேசுவதில்லை
> எனக்குத் தெரியும் அதன் குணம்
> பேசாமல்
> வழிவிட்டு ஒதுங்கிவிடுவேன்
> நமக்கு ஏன் ஆபத்து என்று
> மற்றொரு நாள்
> அமைதியாய் இருக்கையில்
> பலங்கொண்ட மட்டும்
> வீசியெறிவேன் கற்பாறைகளை
> அவை மிதந்து செல்லும்
> எனக்குப் படகாக.[10]

இருபதாம் நூற்றாண்டுத் தமிழ் இலக்கியத்தில் மிக முக்கியமான எழுத்தாளர்களில் ஒருவர் ஜி. நாகராஜன். 1972ஆம் ஆண்டு ஒரு சிறுபத்திரிகையில் அவர் பத்துப் பொன்மொழிகளை வெளியிட்டிருந்தார். 33 ஆண்டுகளுக்குப் பிறகு இன்றும் இவற்றை எளிதில் வெகுஜன இதழ்களில் பிரசுரிக்க முடியாது. இப்பொன்மொழிகளில் ஏற்கவும் கடுமையாக மறுக்கவும் நம் எல்லோருக்கும் பலவும் இருக்கும். இச்சபையிலிருக்கும் கருத்துச் சுதந்திரத்தின் குறியீடாக ஜி. நாகராஜனின் பொன்மொழிகளை வாசித்து விட்டு என் உரையை முடித்துக்கொள்கிறேன்.

பொன்மொழிகள்

சில எழுத்தாளர்கள் தங்கள் 'பொன்மொழிகளை'த் தங்கள் கதைகளிலேயே புகுத்திவிடுகின்றனர். என் கதைகளில் 'பொன் மொழிகளே' இல்லை என்று ஒரு நண்பர் குறைபட்டுக்கொண்டார். எனவே உதிரியாகவாவது சில 'பொன்மொழிகள்' உதிர்க்கிறேன்.

1. உண்மை நிலைத்திருக்கும் அளவுக்குத்தான் பொய்யும் நிலைத்திருக்க முடிகிறது. அதாவது இரண்டுக்கும் கிட்டத்தட்ட சம ஆயுள்.

2. மனிதர்களிடம் நிலவ வேண்டியது பரஸ்பர மதிப்பே தவிர, பரஸ்பர அன்பு அல்ல; அப்போதுதான் ஏமாற்றுக் குறையும்.

3. தன்மான உணர்வின் வெளிப்பாடாக விளங்கும் அளவுக்குத்தான் தேசபக்தியைப் பொறுத்துக் கொள்ள முடிகிறது.

4. தனிமனிதர்களை மதிக்கத் தெரியாதவர்கள்தான் மனிதாபிமானம் பேசுவார்கள்.

5. மனித குணங்களை மனிதர்கள் சிலாகித்துப் பேசுவதைவிட கேலிக்கூத்து கிடையாது. ஏனெனில், சிந்திக்கும் நாய்கள் நாய்க் குணங்களையே உயர்வாகக் கருதுகின்றன.

6. எந்தச் சமுதாய அமைப்பிலும் சிறப்புச் சலுகைகள் அனுபவிக்கும் ஒரு சிறு கூட்டம் இருந்தே தீரும். இல்லை யெனில் அவ்வமைப்பு சிதைந்துவிடும்.

7. 'மனிதாபிமான' உணர்வில் மட்டும் உயர்ந்த இலக்கியம் உருவாவதில்லை. மனித துவேஷ உணர்வும் சிறந்த இலக்கியத்தைப் படைக்கவல்லது. இல்லையெனில் 'மெக்பெத்' என்ற நாடகமோ 'கலிவரின் யாத்திரை' என்ற நாவலோ உருவாகி யிருக்க முடியாது.

8. இயற்கையிலேயே பீறிட்டு வெடிக்கும் சமுதாயப் புரட்சியை வரவேற்க வேண்டிய நாம், கனதனவான்கள் பதவியில் இருந்துகொண்டு 'புரட்சி' பேசுவதைச் சகித்துக்கொண்டிருக்கிறோம்.

9. தனது கலைப் படைப்புகள் மூலம் சமுதாய மாற்றங் களை நிகழ்த்துவதாக நினைக்கும் கலைஞனுக்கு, பனம்பழத்தை வீழ்த்திய காக்கையின் கதையைச் சொல்லுங்கள்.

10. மனிதனைப் பற்றிப் பொதுவாக எதுவும் சொல்லச் சொன்னால் 'மனிதன் மகத்தான சல்லிப்பயல்' என்றுதான் சொல்வேன்.

இன்னும் தேங்காய் துவையல், பெண்ணின் கற்பு, உலக அமைதி, எள்ளுருண்டை, 'காலி சிந்த்' புடவை, பல்லாங்குழி ஆட்டம், பொய்ப் பல், இத்யாதி இத்யாதி பற்றியும் 'பொன்மொழிகள்' தர முடியும்.''

புதிய பார்வை, டிசம்பர் 1-15, 2005

நவம்பர் 13, 2005 அன்று சென்னை சபரி விடுதியில் நடைபெற்ற 'கருத்து' அமைப்பின் துவக்க நிகழ்வில் வாசித்த உரை.

(இக்கட்டுரையின் உருவாக்கத்தில் உதவிய ஆ.இரா. வேங்கடாசலபதி, ரவிக்குமார், ஆ. சிவசுப்பிர மணியன், தொ. பரமசிவன், மாலதி மைத்ரி, டி.என். கோபாலன், கவிதா, அரவிந்தன், கனிமொழி ஆகியோருக்கு என் நன்றி.)

அடிக்குறிப்புகள்

1. மேல் விவரங்களுக்குப் பார்க்க: 'பொன்மொழியும் பொய்மொழி யும்', *காலச்சுவடு* 39, ஜனவரி – பிப்ரவரி 2002.

   கருத்துச் சுதந்திரம் பற்றி இந்திய உச்ச நீதிமன்றத்தின் கூற்றுகள்:

   அ. கருத்துச் சுதந்திரத்தின் வரையறைக்குள் வரும் செய்திகள் ஏற்கத் தக்கவையாகவும் பாதிப்பு ஏற்படுத்தாதவையாகவும் ஒதுக்கத் தக்கவையாகவும் இருப்பன மட்டுமல்ல; மாறாக அரசையோ, பொதுமக்களின் ஒரு பிரிவினரையோ கடுமையாகப் பாதிக்கவும் அதிர்ச்சியடையச் செய்யக்கூடியதுமான செய்தி களுக்கான சுதந்திரத்தையும் உளளடக்கியதாகும்.

   ஆ. நியாயமானதும் இந்திய அரசியலமைப்புச் சட்டத்தால் பாதுகாக்கப்பட்டதுமான கருத்துச் சுதந்திரத்திற்கான உரிமையை, சகிப்புத்தன்மையற்ற ஒரு குழுவினர் பறித்துக் கொள்ள அனுமதிக்கக் கூடாது.

   (நன்றி: *த ஹிண்டு*: 19.11.2005)

2. ஜெயகாந்தன், 'ஓர் இலக்கியவாதியின் அரசியல் அனுபவங்கள்', மீனாட்சி புத்தக நிலையம், 1974.

3. இந்திய தேசிய அரசியலில் முக்கியமான பிரச்சினைகளின்போது பிரதமரும் எதிர்க்கட்சித் தலைவரும் சந்தித்துப் பேசிக் கொள்வது சாத்தியமாகவே இருந்துவருகிறது. அதுபோல அரச நிகழ்வுகளில இவர்களின் சந்திப்புகள் சகஜமாக நிகழ்கின்றன. கடந்த முப்பதாண்டுகளில் தமிழகத்தில் இது சாத்தியப்படவே இல்லை.

4. 'சுதந்திரம்', 'ஆத்மாநாம் படைப்புகள்', காலச்சுவடு பதிப்பகம், 2002.

5. நினைவில் பதிந்த சுவடுகள்', *தீராநதி*, நவம்பர் 2005.

6. *Hope Abandoned, A Memoir, Nadezhda Mandelsham, translated by Max Hayward, Penguin Books, 1976.*

7. 'நினைவில் பதிந்த சுவடுகள்', *தீராநதி*, நவம்பர் 2005.

8. *Gail Omvedt, Talisman: Extreme Emotions of Dalit Liberation, Samya, 2003.*

9. சினேகன், விஜய் டிவி 'கேள்வி ஆயிரம்' நிகழ்ச்சி. ஒருங்கிணைப்பு ரோகிணி: 21.1.2004.

10. 'காரணம்', ஆத்மாநாம் படைப்புகள்', காலச்சுவடு பதிப்பகம், 2002.

11. ஞானரதம், மே 1972; 'ஜி. நாகராஜன் படைப்புகள்', காலச்சுவடு பதிப்பகம், 1997.

எது கருத்துச் சுதந்திரம்?

கருத்துச் சுதந்திரத்தைக் காக்க சென்னையில் சமீபத்தில் ஒரு கூட்டம் – ம.க.இ.க.வினர் நடத்திய 'கலக'த்திற்கிடையில் – நடந்தது. லீனா மணிமேகலையின் கவிதைகள் ஆபாசமாக இருப்பதாகவும் அவற்றைத் தடை செய்ய வேண்டும் என்றும் இந்து மக்கள் கட்சியினர் சென்னை கமிஷனருக்குப் புகார் கொடுத்து, சில வாரங்களுக்குப் பிறகும் எந்த நடவடிக்கையையும் போலீசார் மேற்கொள்ளாத நிலையில் இக்கூட்டம் ஒழுங்கு செய்யப்பட்டிருந்தது.

பெண் கவிஞர்கள்மீது வன்மமான தாக்குதல்கள், குற்றச்சாட்டுகள் கிட்டத்தட்டப் பத்தாண்டுகளுக்கும் மேலாகத் தமிழ்ச் சூழலில் ஏற்பட்டுவருகின்றன. தமிழ் சினிமாக் கலைஞர்கள் சிலரும் திமுக கவிஞர்களும் தமிழ்ப் பண்பாட்டுப் படையின் முன்னணியினராகச் செயல்பட்டு, பெண் கவிஞர்களை ஆபாசமாகவும் கொச்சையாகவும் பேசியும் அச்சுறுத்தியும் வந்த காலகட்டத்தில் – பெண் கவிஞர்களை அண்ணா சாலையில்

எரிக்க வேண்டும், பாலியல் பஞ்சத்தில் வாழ்பவர்களே 'ஆபாச'க் கவிதை எழுதுகின்றனர் என்பன போன்ற கூற்றுகள் வன்முறையைத் தூண்டக்கூடியவையாகவும் வக்கிரப்படுத்துபவையாகவும் இருந்த அக்காலகட்டத்தில் காலச்சுவடு ஒரு கூட்டம் நடத்தி தக்க எதிர்வினைகளை வெளிப்படுத்தியது.

இது நீங்கலாகவும் தீவிர இடதுசாரி இயக்கங்கள் 'அத்துமீறும்' எழுத்தாளர்களைத் தனிப்பட்ட முறையில் உளவியல்ரீதியாகச் சித்திரவதை செய்த சம்பவங்களும் நடந்துள்ளன.

இப்போது இந்து மக்கள் கட்சியினர் பெண் கவிஞர் களை மிரட்டவில்லை. வக்கிரமாக இதுவரை அவர்களைப் பேசவுமில்லை. இணையத்தில் கொச்சைப்படுத்தவுமில்லை. சந்தடி சாக்கில் எல்லாப் பெண் எழுத்தாளர்களையும் சேர்த்து இழிவுபடுத்தவும் இல்லை. இன்ன பிற நமது பண்பாட்டுப் படையினரின் வழக்கமான சட்ட விரோதமான நடவடிக்கைகள் எதையும் இதுவரை மேற்கொள்ளவில்லை. லீனாவின் கவிதைகள் தங்களைப் புண்படுத்துவதாகக் கூறிச் சட்டப்படி நடவடிக்கை எடுக்க போலீஸ் கமிஷனரை அணுகியுள்ளனர். இந்து மக்கள் கட்சியினரின் பண்பாடு பற்றிய பழமைவாதக் கருத்துகளை மறுக்கும்போதே அவற்றை வெளியிட அவர்களுக்கு இருக்கும் உரிமையை நாம் அங்கீகரிக்க வேண்டும். பண்பாட்டுப் பிரச்சினைகளைத் தீர்ப்பதற்குப் போலீசார் பொருத்தமான அணியினர் அல்ல என்ற போதிலும் அவர்களிடம் புகார் அளிக்கும் உரிமை இ.ம. கட்சியினருக்கு இருப்பதை மறுக்க முடியாது. போலீசார் மேல்நடவடிக்கை எடுக்காமல் மனுவைக் கிடப்பில் போட்டது விவேகமான முடிவு. இம்முடிவு சிலருக்கு ஏமாற்றம் அளித்திருப்பது வெளிப்படை. ஏமாற்றம் அடைந்தவர்கள் இந்துத்துவவாதிகள் மட்டுமல்ல.

கருத்துச் சுதந்திரம் என்பது முற்போக்கான கருத்துகளை வெளியிடும் சுதந்திரம் மட்டும் அல்ல. தாம்

வெறுக்கும் கருத்துகளைப் பிறர் வெளியிடும் சுதந்திரத்திற் காகவும் போராடுபவர்களே உண்மையான கருத்துச் சுதந்திரவாதிகள். சமகாலத்தில் முற்போக்காக அல்லது பிற்போக்காகப் பார்க்கப்பட்ட கருத்து காலத்தின் ஓட்டத் தில் இடம் மாறி நின்றமைக்கும் பல உதாரணங்கள் உண்டு. சில காலம் முன்னர்வரை காந்தியைச் சனாதனி என்றெல்லாம் ஏசிக்கொண்டிருந்தவர்கள் இன்று அவரை மறுகண்டுபிடிப்பு செய்து அவர் ஏன் சனாதனி இல்லை என்று தங்களுக்குத் தாங்களே மறுப்பு எழுத வேண்டிய நிலை ஏற்பட்டிருப்பது ஒரு சமகால உதாரணம். மேலும், அவரவருக்கு உறுதியான பார்வைகள் இருக்கும் என்ற போதிலும் எது முற்போக்கு என்பதைத் தீர்மானிக்கும் அதிகாரம் யாரிடமும் இல்லை.

இந்தியச் சட்டவியல் கணிசமான கருத்துரிமையை நமக்கு வழங்குகிறது. பெருமளவிற்கு இவ்வுரிமை நடைமுறையிலுமிருக்கிறது. தடைசெய்யப்பட்ட இயக்கங் களுக்கு ஆதரவாகக் கருத்துப் பிரச்சாரம் செய்யும் உரிமையை நமது நீதித் துறை வழங்கியுள்ளது. முதல்வருக்கு எதிராக அறம்பாடிய குறுந்தகட்டை ஒளிபரப்பும் உரிமை நீதிமன்றத்தால் நிலைநிறுத்தப்பட்டுள்ளது. ராஜீவ் காந்தி படுகொலையை நியாயப்படுத்தி இங்கே பேச முடிகிறது. காந்தியைச் சுட்டி, 'எங்களை ஹரிஜன் என்று அழைக்க நீ யாரடா நாயே' என்று பாடப் பள்ளிச் சிறார்களுக்குக் கற்றுக்கொடுக்கும் என்.ஜி.ஓ.க்கள் இங்கு இயங்க முடிகிறது. இஸ்லாமியர்களை அரபிக் கடலில் போய்க் குதிக்கும்படி அறிவுறுத்த முடிகிறது. ராமாயணத்தைக் கொச்சையாக விமர்சிக்க முடிகிறது. ராமர் கோயில் கட்டுவோம் என்று முழங்கவும் முடிகிறது.

இந்தப் பின்னணியில் கருத்துச் சுதந்திரத்தின் எல்லைகளை மேலும் விரிவுபடுத்தும் பார்வை நமது 'முற்போக்கு' அறிவுஜீவிகளிடம் இருப்பதாக எனக்குத் தெரியவில்லை. அவர்கள் கற்றுக்கொள்ள வேண்டிய சகிப்புத்தன்மை இந்தியச் சட்டவியலிலும் மக்கள்

வாழ்முறையிலும் நிறையவே உள்ளது. தமிழக அறிவு ஜீவிகளின் சகிப்பின்மையே தமிழ்ச் சூழலில் கருத்துச் சுதந்திரம் எதிர்கொள்ளும் பெரும் சவால்.

மேலும் தமிழ் 'முற்போக்கு'ப் படையின் கணிப்புகள் பெருமளவிற்கு அடையாளம் மட்டுமே சார்ந்தவை. கருத்தியல் அல்லது நிலைப்பாடு சார்ந்தவை அல்ல. எந்தக் கருத்தியலை எதிர்க்கிறோம் என்பதைவிட யாரை எதிர்க்கிறோம் என்பதே இவர்களுக்கு முக்கியம். தீவிர இடதுசாரிகளும் இஸ்லாமிய அடிப்படைவாதிகளும் திராவிட இயக்கம் சார்ந்தோரும் தமிழகத்தில் படைப்புச் சுதந்திரத்திற்கு எதிராகச் செயல்பட்டபோதெல்லாம் திரளாத 'முற்போக்கு' எதிர்ப்பு ஊடகக் கவனத்திற்காக ஏங்கிக்கொண்டிருக்கும் இந்து அமைப்பொன்றுக்கு எதிராக இப்போது கிளம்பியிருக்கிறது.

தஸ்லீமா நஸ்ரீன் முதல் கடந்த ஆண்டு இங்கு தாக்குதலுக்கு உள்ளான ஹெச்.ஜி. ரசூல்வரை படைப்பாளிகளின் படைப்பு/கருத்துச் சுதந்திரம் பாதிக்கப்பட்டபோது மௌனியாக இருந்தவர்கள் இப்போது ரௌத்திரம் பழகுகின்றனர். இவை ஒருவிதத்தில் தமிழக 'முற்போக்கு'த் தளத்தின் பொதுப் பிரச்சினைகள். சமகாலத்தில் கருத்துச் சுதந்திரத்திற்கு எதிரான நடவடிக்கைகள் பல இங்கு பழமைவாதிகளாலோ இந்துத்துவவாதிகளாலோ மேற்கொள்ளப்பட்டவை அல்ல. மாறாக இடதுசாரி, திராவிட இயக்கச் சூழலிலிருந்து உருவானவையே. இந்துத்துவவாதிகளுக்கு இந்தியாவின் பிற பகுதிகளைப் போல இங்கும் வலுவான அடித்தளம் இருந்திருந்தால் அவர்களுடைய செயல்பாடுகள் கருத்துச் சுதந்திரத்திற்கு எதிரானவையாக, இந்து மேலாண்மையையும் பழமைவாதத்தையும் ஆதரிப்பவையாகவும் இருக்கு மென்பதில் ஐயமில்லை. நம்முடைய பிரச்சினை இங்கே பல சமயங்களில் சிவசேனையும் பஜ்ரங்க தளமும் தாலிபானும் செய்ய வேண்டிய பணிகளைத் தமது பண்பாட்டுச்

சகிப்பின்மையாலும் வன்முறை நடவடிக்கைகளாலும் நமது 'முற்போக்கு' இயக்கங்கள் செம்மையாகவே செய்து முடிக்கின்றன என்பதுதான்.

குஷ்புவுக்கு மறுக்கப்பட்ட கருத்துச் சுதந்திரம் இன்று உச்ச நீதிமன்றத்தின் தீர்ப்பால் ஒரு முடிவுக்கு வந்துள்ளது. (குஷ்புவுக்கு ஆதரவாகப் பேசிய சிலர் ஞாநி, என். ராம் போல பிராமணர்கள் என்பதால் 'மீண்டும் பார்ப்பன எதிர்ப்பு இயக்கத்தைத் தொடங்க வேண்டியிருக்கும்' என்று கருணாநிதி வெளியிட்ட அறிக்கையை இங்கு நினைவுபடுத்திக்கொள்ள வேண்டும்.) கருணாநிதியை விமர்சிக்கும் ஞாநியின் உரிமைக்கு எதிராக அணி திரண்டு, ஊடகங்களில் அவரது மாற்றுக் கருத்துக்கான இடத்தை அழிக்க முயன்றவர்கள், அதில் ஓரளவு வெற்றியும் கண்டவர்கள், அடிப்படைவாதிகளோ பாசிஸ்டுகளோ அல்ல – நமது கவிஞர்கள், மாற்றுக் கருத்தாளர்கள், கருத்துச் சுதந்திரவாதிகள் இன்ன பிற 'முற்போக்கு'ச் சக்திகளும்தான் என்னும் உண்மையை நாம் நேர்மையாக எதிர்கொள்ள வேண்டும். இக்காலகட்டத்தில் உதிர்க்கப் பட்ட 'கருணாநிதியின் மீதான தாக்குதல் அவர் மீதானது மட்டுமல்ல, திராவிட இயக்கத்தின் மீதானது' என்ற கருணாநிதியை விமர்சிப்பவர்களுக்கு திராவிட இயக்க எதிரி அடையாளம் கொடுத்து மிரட்டும் சகிப்பின்மையின் இலக்கணமான வாக்கியம் – அவசரநிலை காலத்தில் காங்கிரஸ் தலைவர் தேவ காந்த் பரூவா உதிர்க்கப்பட்ட 'இந்திராவே இந்தியா, இந்தியாவே இந்திரா' என்னும் முழக்கத்துடன் ஒப்பிடப்பட வேண்டியது – கருணாநிதியின் காலில் விழும் அடிவருடிகளிடமிருந்து வெளிப்பட்டது அல்ல. இன்று கருத்துச் சுதந்திரத்திற்கு ஆதரவாக அணி திரட்டும் அ. மார்க்ஸால் உதிர்க்கப்பட்ட தேன்துளி இது.

மாற்றுக் கருத்துகளையும் மாற்றுக் கருத்தாளர்களையும் எதிர்கொள்ள நமது 'முற்போக்கு'ச் சக்திகள் மேற்கொள்ளும் வழிமுறைகளாக என் அனுபவத்தில் கண்டவை இவை.

1. மாற்றுக் கருத்தாளர்களைக் கூட்டம் கூட்டி அவதூறு செய்வது. அவர் வாழும் அறிவுச் சூழலி லிருந்து அவர்களை அன்னியப்படுத்துவது.

2. தொலைபேசி மூலம் அவதூறு செய்வது, வீடு தேடிச் சென்று மிரட்டுவது, பணியிடங்களில் பிரச்சினைப்படுத்துவது.

3. மாற்றுக் கருத்துகள் வெளிப்படும் தளங்களை நோக்கித் தீண்டாமைக் கொள்கையைக் கடை பிடிப்பது. தீண்டாமையைப் பிரச்சாரமாக மேற் கொண்டு பரப்புவது. இருட்டடிப்புச் செய்வது.

4. மாற்றுக் கருத்துகளைப் பதிவு செய்யும் இதழ்களை/ பதிப்பகங்களைத் தண்டிக்க, கட்டுப்படுத்தத் தமது நிறுவன பலத்தையும் ஊடக பலத்தையும் அவதூறுகள் மூலமாகவும் தடைகள் மூலமாகவும் பிரயோகிப்பது.

5. 'குடி'யை முகாந்தரமாகக் கொண்டு மாற்றுக் கருத்து களுக்கான அரங்குகளைக் குலைக்க முயல்வது.

சிறுபத்திரிகைக் கூட்டங்களில் புகுந்து கலாட்டா செய்வது, குடித்துவிட்டுக் கூச்சலிடுவது, வசைபாடுவது போன்ற நடவடிக்கைகளுக்குக் 'கலகம்', 'அனார்க்கிசம்' என்றெல்லாம் கருத்தியல் அடிப்படை வழங்கி, கௌரவித்து ஊக்குவித்த அ. மார்க்ஸ் முன்னின்று நடத்தும் கூட்டத்தில் – அதுவும் கருத்துச் சுதந்திரத்திற்கான கூட்டத்தில் – அவருக்கு எதிராகக் 'கலகம்' பிரயோகிக்கப்பட்டதை அவர் ரசித்திருக்க முடியாது. அ. மார்க்ஸ் தமிழ்ச் சூழலுக்கு ஊட்டிய அருமருந்து இப்போது அவருக்குப் புகட்டப் பட்டிருக்கிறது. திருவள்ளுவர் என் நினைவுக்கு வருகிறார்.

பெண்களுக்கான படைப்புச் சுதந்திரம், மாற்றுக் கருத்துகளுக்கான வெளி, சிறுபான்மையினருக்கும் ஒடுக்கப்பட்டவர்களுக்குமான உரிமைக்குரல் ஆகியவை பாதுகாக்கப்பட வேண்டுமென்றால் அதே விழுமியங்களின்

அடிப்படையில் நாம் வெறுக்கக்கூடிய, பிற்போக்காளராகப் பார்க்கக்கூடியவர்களின், பெண்களுக்கும் சிறுபான்மை யினருக்கும் ஒடுக்கப்பட்டவர்களுக்கும் எதிரான கருத்து களுக்கான சுதந்திரமும் பாதுகாக்கப்பட வேண்டும். அக்கருத்துகள் மாற்றுக் கருத்துகளாலும் ஆதாரபூர்வமான வாதங்களாலும் எதிர்கொள்ளப்பட வேண்டும்.

கருத்துச் சுதந்திரத்திற்கான போராட்டம் நமது சகிப்பின்மையை அழித்து, நாம் வெறுக்கும் கருத்து களுக்கான இடத்தை அங்கீகரிப்பதிலிருந்தே தொடங்க வேண்டும். பெண் படைப்பாளிகள் தமது படைப்புச் சுதந்திரத்தை விடுதலைக்கான பயணத்தில் 'ஆபாசம்' போன்ற வரையறைகளைத் தகர்த்துப் பிரயோகிப்பதை அங்கீகரிப்போம். அதே நேரத்தில் நமது கருத்துச் சுதந்திரத்தைப் பிறர் மதிக்க வேண்டுமென்றால் நாம் கைக் கொள்ள வேண்டிய விழுமியங்களும் உண்டு. நமது கருத்தை ஆதாரபூர்வமாகப் பொய்மையின்றி, பொறுப்புணர்வுடன் வெளிப்படுத்துவது முக்கியம். கருத்துச் சுதந்திரம் அவதூறுகளுக்கான சுதந்திரம் அல்ல. அதேபோல நமது படைப்புச் சுதந்திரத்தையும் பரபரப்புக்காக, ஊடகக் கவனத்திற்காக, நாமே கொச்சைப்படுத்தாமல் இருப்பதும் அவசியம். எப்போதும் சுதந்திரத்துடன் சேர்ந்தே வரும் பொறுப்புணர்வைத் தட்டிக் கழித்துவிட்டு எந்தச் சுதந்திரத்தையும் தக்கவைத்துக்கொள்ள முடியாது.

காலச்சுவடு இதழ் 125, *மே* 2010

அன்னியப்படுத்தும் சகிப்பின்மை

ஈழப்பிரச்சினை 1980களில் தீவிரமடைந்த காலத்திலிருந்தே தமிழகத்தில் ஆதரவான பல குரல்கள் ஒலிக்கத் தொடங்கின. இன்றுவரை ஆகத் தீவிரமாக இப்பிரச்சினையைப் பல்வேறு காலங்களில் பல்வேறு குழுக்கள் கவனப்படுத்திவருகின்றன. ராஜீவ் காந்தி கொலைக்குப் பிந்தைய காலகட்டங்களில் இத்தகைய தீவிரமான குழுக்கள் இல்லாதிருந்தால் இக்கவனத்தின் சுடர் இங்கு அழிந்திருக்கக் கூடும். தொடக்கத்தில் மக்கள் சார்பாக நின்ற இந்தக் கரிசனம் பின்னர் பல்வேறு இயக்கங்களின் சார்பாக மாறி இன்று தனிமனித வழிபாட்டில் நிற்கிறது. ஈழ விடுதலைப் போராட்டத்தின் அழிவை விடுதலை இயக்கங்களையும் அதன் தலைமையையும் விமர்சிக்காமல் மறுபரிசீலனை செய்வதும் சாத்தியமல்ல. அத்தகைய பரிசீலனையை வசைகள் மூலம் தடைசெய்ய முயல்வது, நிச்சயம் ஈழத் தமிழர்களுக்குச் சாதகமானது

அல்ல. பிரச்சினைகளின் பல்வேறு பரிமாணங்களை விவாதிப்பதும் புரிந்துகொள்வதுமே நம்மை வலுப்படுத்தும்.

இப்பிரச்சினையில் இன முரண்பாடு முக்கியக் கூறு எனினும் அதன் சகல பரிமாணங்களையும் இந்த எதிர்வுகளுக்குள் அடைக்க முயல்வது பிழை. நான் நம்பும் இயக்கத்தை நீயும் நம்பு, நான் வழிபடும் தலைவரை நீயும் வழிபடு, நான் நம்பும் கருத்துகளையே நீயும் ஒலிக்கக் கடவது என ஆவேசப்படுவதும் அடக்குவதும் ஈழத் தமிழர்களின் சுயமரியாதையான வாழ்க்கைக்கு உதவாது. ஈழத் தமிழர் நலனுக்காகப் போராடும் உரிமையைத் தேசியத் தலைவர் தமிழகத்தில் யாருக்கும் outsource செய்து விட்டிருப்பதாகத் தெரியவில்லை.

ஒடுக்கப்பட்ட மக்களுக்குச் சார்பாகக் குரல் கொடுக்கும் இந்தியச் சமூகப் போராளிகளும் உலகளாவிய அறிஞர்கள் பலரும் ஈழப் பிரச்சினையில் தலையிடாமல் தயங்கி நிற்பது ஏன் எனச் சிந்திக்க வேண்டும். அவ்வாறு அவர்களை ஈடுபடுத்த முடிந்தால் அது ஒடுக்கப்படும் தமிழர்களுக்குப் பல விதங்களிலும் பயன் உள்ளதாக இருந்திருக்கும், இனியும் இருக்கும். உலகின் எந்த அறச் சார்பும் சமூகத் தாக்கமும் கொண்ட எழுத்தாளரும் கலைஞரும் மனித உரிமையாளரும் விடுதலை இயக்கங்களை விமர்சிக்க அனுமதியாத களத்தில் நின்று இலங்கை அரசைக் கண்டிக்கப்போவது இல்லை. அத்தகைய ஒரு சகிப்பின்மை உலகளாவிய தமிழ்க் களங்களில் நிலவியதும் நிலவிவருவதுமே இவர்களை அண்டவிடாமல் தடுக்கிறது என்பது வெளிப்படை. இதனால் நமக்கு இழப்பைத் தவிர வேறொன்றும் இல்லை.

ஐ.நா.வின் குற்ற அறிக்கை இலங்கை அரசை மட்டுமல்ல, புலிகளையும் கண்டிக்கிறது. ஐ.நா. அறிக்கையை முன்வைத்துப் பேசும்போது இந்த விமர்சனத்தையும் சேர்த்தே ஏற்றுக்கொள்கிறோம். இதில் ஒரு பகுதியை மட்டும் முன்னிலைப்படுத்திப் பிற பகுதிகள் விவாதத்திற்கு

வராமல் தடுப்பதும் மறைப்பதும் பிரச்சினையின் பல்வேறு பரிமாணங்களை அறியும் உரிமையைத் தடுப்பதாகும். பிறர் எதை அறிய வேண்டும், எதை விவாதிக்க வேண்டும் என்பதை முடிவுசெய்யும் உரிமை யாருக்கும் இல்லை. அதேபோல ஈழப் போராட்டத்தின் தமிழகத்து ஆதரவாளர்கள் தம்மை ஈழ மக்களின் பிரதிநிதிகளாகக் கருதிக்கொள்வதும் அவர்கள் சார்பாக முடிவெடுக்கும் அதிகாரத்தைத் தமதாக்கிக்கொள்வதும் கேடானது. பிரதிநிதித்துவ அரசியல் பற்றிய விழிப்புணர்வு மிக அவசியம். எல்லாம் இழந்து நிற்பவர்களின் பிரதிநிதித்துவத்தையும் பிடுங்க முயல்வது கண்டனத்திற்குரியது.

ஈழ மக்கள் போராட்டத்திற்கு ஆதரவாகக் குரல் கொடுக்கும் உரிமை தமிழகத் தமிழர்களுக்கு மட்டுமல்ல மானிடர் அனைவருக்கும் உண்டு. தமிழர்களின் கரிசனம் இதில் அதிகமாக இருக்கலாம். ஆனால் நமது உரிமை யாருக்கும் மேலானது அல்ல.

அதேபோல் தமிழகத்தின் சிறுபான்மை இனம், சாதி, மதம் மற்றும் மொழியினருக்கும் பெரும்பான்மைச் சாதித் தமிழர்களுக்கு இருக்கும் அதே அளவு பேசும், போராடும், எழுதும் உரிமை உண்டு. இந்த உரிமையைச் சிறுபான்மையினருக்கு வழங்கவும் மறுக்கவும் யாருக்கும் அதிகாரம் இல்லை.

சகிப்பின்மையே கடந்த காலங்களில் நம்மைத் தனிமைப்படுத்தியது. அந்த இழிவை இனியும் சுமந்து திரிவது அழகல்ல. பிறரின் கருத்துரிமையை மறுப்பவர்களுக்குச் சமத்துவம், மனித உரிமை பற்றி எல்லாம் பேசும் அருகதையே இல்லை. தாம் முன்வைக்கும் கருத்தின் அறச்சார்புமீது பற்றுறுதி கொண்டவர்கள் பிறர் கருத்தைக் கண்டு அஞ்சுவதில்லை. சதி மற்றும் சூழ்ச்சிகளின் கற்பனையில் வாழ்வது சூழ்ச்சிகளின் நலனுக்குச் சாதகமானது. பொதுநலத்திற்குத் தீங்கானது.

காலச்சுவடு, இதழ் 138, ஜூன் 2011

துறத்தல்: எதிர்ப்பின் ஆழமான வடிவம்

கருத்துரிமைக்கான போராட்டத்தை முன்னெடுத்துவரும் அனைத்து அமைப்புகளுக்கும் ஊடகங்களுக்கும் செயல்பாட்டாளர்களுக்கும் நண்பர்களுக்கும் மனமார்ந்த வணக்கத்தைத் தெரிவித்துக்கொள்கிறேன். கருத்துச் சுதந்திரத்தை விரும்பும் அனைவரின் நன்றியும் உங்களுக்கு உரியது.

பெருமாள்முருகன் எழுத்தாளராகத் தனது மரணத்தை அறிவித்தது உலகெங்கும் அதிர்வுகளை ஏற்படுத்தியுள்ளது. தமிழக இலக்கிய ஆர்வலர்களைக் கொந்தளிப்பு மனநிலைக்குக் கொண்டுவந்துள்ளது. பெருமாள்முருகன் இந்த முடிவை எடுத்தது மிக ஆழமாக மனம் புண்பட்ட நிலையில்தான் என்பது என் அவதானம்.

இந்த முடிவுக்கு முக்கியக் காரணி சாதி, மத அடிப்படைவாதம், அவற்றின் வன்முறையான செயல்பாடுகள். இணைக் காரணி ஒருசில எழுத்தாளர்கள், பத்திரிகையாளர்களின்

நடவடிக்கைகள். இவற்றுக்குக் காலமும் வரலாறும் பதில் சொல்லும். நம்முடைய முழுக் கவனமும் உழைப்பும் செயல்பாடும் தமிழகத்திலும் இந்தியாவிலும் புவியெங்கும் கருத்துச் சுதந்திரத்திற்கான திணையைப் பாதுகாக்கவும் விரிவுபடுத்தவும் போராடுவதாக இருக்கட்டும். கருத்துச் சுதந்திரம் நமது புதிய திணையாக அமையட்டும்.

திருச்செங்கோடு களத்தில் 'மாதொருபாகன்' எரிக்கப் பட்டு, சமூக வலைத்தளங்களில் அவதூறுகள் தொடங்கிய துமே எழுத்தைத் துறக்கும் எண்ணத்தை பெருமாள்முருகன் நண்பர் சலபதியுடன் பகிர்ந்துகொண்டார். அந்த எண்ண ஓட்டத்திற்கு அதிக காலம் எங்களால் தடைபோட முடிய வில்லை. நாமக்கல்லில் நடந்த 'கட்டப் பஞ்சாயத்து', உறுதியாக இந்த முடிவை எடுக்கும் மனநிலைக்கு அவரைத் தள்ளியது. இந்த முடிவை அவர் அதன் பின்னர் பலமுறை எழுத்துப்பூர்வமாக உறுதியாக எங்களிடம் தெரிவித்து விட்டார். அதைச் சமகாலத்தில் மறுபரிசீலனை செய்யும் சாத்தியம் இல்லை. எனவே பெருமாள்முருகனின் நூல்கள் (அவர் தன் முடிவை மாற்றும்வரை) இனி எந்த வடிவத்திலும் வெளிவராது, வெளிவர வேண்டாம். மாதொருபாகன் மின்நூல் மட்டும் நமது எதிர்ப்பின் அடையாளமாகப் பரவிக்கொண்டே இருக்கட்டும்.

பெருமாள்முருகனின் முடிவு கோழைத்தனமாகப் பார்க்கப்படுகிறது. மறு கன்னத்தைக் காட்டுவதாகவே நான் பார்க்கிறேன். நீங்கள் என்னுடைய ஒரு நூலைத் தடை செய்ய விரும்பினால் என்னுடைய எல்லா நூல்களையும் நானே தடை செய்துகொள்கிறேன் என்பதே இந்த முடிவு. துறத்தல், எதிர்ப்பின் ஆழமான வடிவம் என்பதே என் எண்ணம். பெருமாள்முருகன் என்ற எழுத்தாளுமை நின்ற இடத்தில் இப்போது சூன்யம் நிரம்பிவருகிறது. சூன்யம் தன்னைச் சுற்றிப் பல செயல்பாடுகளைத் தூண்டும் ஆற்றல் கொண்டது.

எனவே பெருமாள்முருகனில் தொடங்கிய இந்தப் போராட்டம் மாதொருபாகன் எதிர்ப்பியக்கத்தின் ஆபத்தை ஆழமாகப் புரிந்துகொண்டு எல்லாக் கலை மற்றும் சிந்தனை வெளிப்பாடுகளுக்கான போராட்டமாக விரிவுபெற வேண்டிய காலகட்டம் இது. எழுத்தாளனின் உரிமைகளை ஒடுக்க முயன்றால் எதிர்ப்பு மிகக் கடுமையாக இருக்கும், அது அதிகாரத்தின் நாற்கால்களையும் முறிக்கும் என்ற அச்சம் சாதி, மதவாத மூடர்களுக்கு ஏற்பட வேண்டும்.

இப்போராட்டத்தில் காலச்சுவடு தன்னால் இயன்ற அளவில் துணை நிற்கும் என்பதை ஒரு உறுதிமொழியாகவே கூறிக்கொள்கிறேன்.

(20 ஜனவரி 2015 அன்று சென்னை வள்ளுவர் கோட்டத்தில் தமுஎகச, கலை இலக்கியப் பெருமன்றம், கருத்துரிமை பாதுகாப்புக் கூட்டமைப்பு இணைந்து நடத்திய கூட்டத்தில் பேசியது)

***காலச்சுவடு*, இதழ் 182, பிப்ரவரி 2015**

நூல் எரிக்கும் சுதந்திரம்!

சில மாதங்களுக்கு முன்னர் ஒரு எழுத்தாளரின் நூல்கள் ஒரு வாசகரால் எரிக்கப்படும் புகைப்படம் ஃபேஸ்புக்கில் பகிர்ந்துகொள்ளப்பட்டு, பலத்த வரவேற்பையும் கண்டனத்தையும் பெற்றது. அடுத்ததாக, சர்ச்சைக்குள்ளான ஒரு நாவலை இந்துத்துவ, சாதிய சக்திகள் இணைந்து பொது இடத்தில் கொளுத்தினார்கள். இந்தச் செயல்பாடுகளைக் கண்டித்த பலரும் இதைப் பாசிசமாக அடையாளப்படுத்தினார்கள்.

நூல்களை, நூலகங்களை எரிப்பது பாசிசத்தின் வழிமுறையாக இருந்துவருகிறது. வரலாற்றில், வெற்றிகொண்ட படைகள் பல நூலகங்களை, ஆவணக் காப்பகங்களை அழித்துள்ளன. கி.பி. 391இல் அலெக்ஸாண்ட்ரியா நூலகம் அழிக்கப்பட்டது நாமறிந்த பண்டைக் கால உதாரணம். நாகர்கோவிலில் பழமையான பூங்கா நூலகம் பெரும்பான்மைச் சாதி அரசியலுக்குப் பலியாகிச் சாம்பலானது. யாழ்ப்பாண நூலக எரிப்பு தமிழர் அடையாளத்தில் ஏற்பட்ட வடு.

அழிக்கப்பட்ட நூலகங்கள் என்ற தலைப்பில் ஒரு நீண்ட பட்டியலே விக்கிப்பீடியாவில் உள்ளது. கி.மு. 206 சீன ஆவணக் காப்பகம்முதல் 2014 போஸ்னிய ஆவணக் காப்பகம்வரை அந்தப் பட்டியல் நீள்கிறது. பல சமயங்களில் நூலக எரிப்பு இனப் படுகொலைக்கு முன்னே வரும் மணியோசையாகவும் உள்ளது.

பொது நூலகங்களை எரிப்பதற்கும், ஒரு வாசகர் தான் காசு கொடுத்து வாங்கிய, பரவலாகச் சந்தையில் கிடைக்கும், தனது உடைமையான நூலை எரிப்பதற்கும் பெரிய வேறுபாடு உள்ளது. ஒருவர் தனது ஒரு நூல் பிரதியை அழிப்பதால் அறிவுச் சேகரம் எதுவும் நிரந்தரமாக அழிக்கப்படுவதில்லை. டிஜிட்டல் யுகத்தில், நாம் போதிய கவனம் எடுத்தால், அத்தகைய அழிப்பு இனி சாத்தியமும் இல்லை. ஒரு நூலை, ஒரு கருத்தை இன்னொரு நூலாலும் கருத்தாலும் எதிர்கொள்வதே உத்தமம். ஆனால், ஒரு வாசகர் அல்லது ஒரு இயக்கம் ஒரு நூலை எரிப்பது அவர்தம் கருத்து, செயல்பாட்டுச் சுதந்திரம் சார்ந்ததுதான். நூலை எரிப்பது அதன்மீது வைக்கப்படும் இறுதி விமர்சனம் என்று கொள்ளலாம். தேசியக் கொடியை எரிப்பதுகூட அமெரிக்காவில் கருத்துச் சுதந்திரமாகவே பார்க்கப்படுகிறது.

பாசிஸ்ட்டுகள் நூல்களை எரித்தார்கள் என்பதால், நூல்களை எரிப்பவர்கள் எல்லாம் பாசிஸ்ட்டுகள் அல்ல. மனு தர்மத்தையும் கம்பராமாயணத்தையும் இந்திய அரசியல் சட்டத்தின் சில பிரிவுகளையும் எரித்த அம்பேத்கரும் பெரியாரும் அண்ணாவும் பாசிஸ்ட்டுகளா? இங்கே நூல் எரித்தல் என்பதை பாசிசத்தின் வெளிப்பாடாக அல்ல மாறாக அப்பிரதிகள் பற்றிய கடும் விமர்சனமாக அல்லது நிராகரிப்பாகவே பார்க்க வேண்டும்.

சரி, நூல் எரிப்பு அதிர்ச்சி தருவதற்கு என்ன காரணம்? ஆயிரம் மின்நூல்கள் அடங்கிய ஒரு மின் தகடு எரிக்கப்படும் காட்சி நமக்கு அதிர்ச்சி தருமா, அது பாசிசமாக

வருணிக்கப்படுமா? இல்லை. காரணம், அச்சிட்ட நூலைச் சுற்றிப் புனித ஒளிவட்டம் ஒன்று உருவாகியிருக்கிறது. இதில் உலகப் பொதுவான அம்சங்களும் நமது பண்பாட்டுக்குரிய கூறுகளும் உண்டு. குறுந்தகட்டில் கால் பட்டால் யாரும் கண்ணில் ஒற்றிக்கொள்வது இல்லை.

முன்னொரு காலத்தில் ஓலைச்சுவடிகள் புனிதமாகக் கருதப்பட்டன. இன்றும்கூட எல்லா ஓலைச்சுவடிகளும் பொக்கிஷமாகக் கருதப்படுகின்றன. அவற்றின் உள்ளடக்கம் சார்ந்து அவை மதிப்பிடப்படுவதில்லை.

சைவ மடங்கள் முற்காலத்தில் அச்சு நூல்களை மலிவானவையாகக் கருதி அனுமதி மறுத்திருந்தன. பின்னர், காலப்போக்கில் அச்சு நூலின் மீதும் புனிதம் படிந்துவிட்டது. நூல்கட்டை உடைக்கக் கூடாது, அட்டை கசங்கிவிடக் கூடாது, தாளை மடக்கக் கூடாது, நூல் பக்கங்களில் அடிக்கோடிட்டு எழுதக் கூடாது என்பன போன்ற மதிப்பீடுகள் நவீனத்துவத்தின் தாக்கத்தால் உருவானவை என்று எழுத்தாளரும் மொழிபெயர்ப்பாளரும் பேராசிரியருமான டிம் பார்க்ஸ் குறிப்பிடுகிறார். இத்தகைய புனிதப் பார்வை ஒரு நூலை மதிப்பிடுவதற்குப் பெருந்தடையாக இருப்பதையும் அவர் சுட்டிக் காட்டியுள்ளார்.

நூல்கள் தம்மளவில் பொக்கிஷம் அல்ல. அவற்றின் உள்ளடக்கமே அவற்றின் முக்கியத்துவத்தை உருவாக்க வேண்டும். அவற்றின் உள்ளடக்கம் பற்றித் தனது கருத்தை உருவாக்கிக்கொள்ள ஒரு வாசகருக்கு முழு உரிமை உள்ளது. தனது மதிப்பீட்டின் அடிப்படையில் தனது உடைமையான 'சத்திய சோதனை' பிரதியை எரிக்க வேண்டும் என்று முடிவெடுத்து, ஒரு வாசகர் அப்படிச் செய்தால், அது அவரது வெளிப்பாட்டுச் சுதந்திரம் என்றே பார்க்கப்பட வேண்டும், பாசிசச் செயல்பாடாக அல்ல.

ஒரு நூல் என்பது உள்ளடக்கம்தான். அச்சிட்ட புத்தகம் அதன் ஒரு உருவம் மட்டும்தான். ஒரு மின்நூலை

அழிக்க, 'அழி' என்று ஒரு உத்தரவிட்டால் போதும். அதே தகவல் அழிப்புதான் ஒரு அச்சுப் பிரதியை எரிக்கும்போதும் நிகழ்கிறது. ஆனால், நூலை எரிக்கும்போது புத்தகக் காதலர்களின் மனம் துணுக்குறுகிறது. ஆசையாகத் தடவி, முகந்து, புரட்டி, படித்து, பாதுகாத்துக் கொண்டாடப்படும் ஒரு கருத்துப் பேழை எரிக்கப்படும்போது ஏற்படும் வலியை நாம் புரிந்துகொள்ள முடியும். இருப்பினும், கருத்து, செயல்பாட்டுச் சுதந்திரம் ஆகப் பரந்து விரிந்ததாக இருப்பதே ஒரு விவேகமான சமூகத்தின் அடையாளம். புத்தக எரிப்பு அத்தகையதொரு செயல்பாட்டுச் சுதந்திரம் தான்.

தி இந்து, மார்ச் 2015

இருள் சூழும் கருத்துரிமை

கடும் சொற்களால் ஏற்படும் காயம் ஆறாது என்பது வள்ளுவரின் கூற்று. இக் குறளைப் படிக்கும் ஒவ்வொரு மனமும் இதை ஆமோதித்து ஏற்கும். மார்ட்டின் லூதர் கிங் சொல்கிறார்:

"இறுதியில் நம் நினைவில் இருக்கப் போவது நம் எதிரிகளின் சொற்கள் அல்ல, நண்பர்களின் மௌனங்களே."

ஆக, சொற்களைவிடக் காயப்படுத்திடும் ஆற்றல் மௌனத்திற்கு உண்டு. இந்த மௌனம் எதனால் ஏற்படுகிறது? அச்சம், சந்தர்ப்பவாதம் போன்ற காரணங்கள் இருக்கலாம். சந்தர்ப்பவாதம் தனிமனிதனின் குறைபாடு; ஆனால் சகிப்புத்தன்மையற்ற சூழலே அச்சத்தை ஏற்படுத்துகிறது. பேச வேண்டியவர்களை மௌனிக்கச் செய்கிறது. நாம் வெளிப்படுத்தும் கருத்திற்காக நமக்கு இழப்புகள் ஏற்படக்கூடும், ஆபத்துகூட ஏற்பட லாம் என்ற அச்சம் கருத்துச் சுதந்திரத்தை மதிக்காத சூழலிலேயே ஏற்படும். இந்த அச்சத் தில் விளையும் மௌனம் சக மனிதரை,

நண்பரை, மாணவரை, ஆசிரியரை, காதலியைக் காயப் படுத்துகிறது; உறவுகளை முறிக்கிறது.

பெருமாள்முருகன் பிரச்சினையின் பின்புலத்தில் கருத்துச் சுதந்திரம் பற்றிப் பேச இன்று அழைக்கப்பட்டிருக் கிறேன். கருத்துச் சுதந்திரம் பற்றிய என்னுடைய நிலைப்பாடு ஊடகங்களில் பரவலாக வெளிப்பட பெருமாள்முருகன் பிரச்சினை காரணமானது. ஆனால் கருத்துச் சுதந்திரம் பற்றிய என் ஆர்வமும் தேடலும் கேள்விகளும்தான் *காலச்சுவடின்* மறுபிறப்பிற்கு 1994ஆம் ஆண்டிலேயே காரணமாக அமைந்தன. முதல் இதழிலிருந்து 'விவாதம்' என்ற பகுதி அமைந்தது இதற்கு ஒரு சான்று. *காலச்சுவடுடன்* எனது இருபதாண்டுகாலப் பணிகளைக் கருத்துச் சுதந்திரத்திற்கான போராட்டம் என்று சற்றே எளிமைப்படுத்திக் கூறி விடலாம். பெருமாள்முருகன் பிரச்சினை அதன் சமீபத்திய உச்சம். *காலச்சுவடும்* கருத்துச் சுதந்திரமும் என்ற பொருளில் பேச வேண்டிய செய்திகள் பல உண்டு. அதற்குரிய இடம் இதுவல்ல. ஆனால் தமிழ்ச் சமூகம் கருத்துச் சுதந்திரத்தை எப்படிப் புரிந்துகொள்கிறது, எவ்வளவு மதிக்கிறது, எப்படிப் பயன்படுத்திக்கொள்கிறது என்ற என்னுடைய அறிதலின் பெரும்பகுதி *காலச்சுவடின்* வழி கிடைத்த பட்டறிவுதான்.

○

இந்தியாவின் முதல் சட்டத் திருத்தம் கருத்துச் சுதந்திரத் திற்கு வரையறைகளை ஏற்படுத்துவதாக இருந்தது. அம்பேத்கர் தலைமையில் உருவான இந்தியச் சட்டம் முழுமையான கருத்துச் சுதந்திரத்தை நமக்கு வழங்கியது. பின்னர் 1951ஆம் ஆண்டு நேருவின் அரசு கொண்டுவந்த முதல் சட்டத் திருத்தமே கருத்துச் சுதந்திரத்தை வரையறுப்பதாக அமைந்தது. இதன் தொடர்ச்சியாகத்தான் 1975ஆம் ஆண்டு இந்திரா காந்தியால் அவசர நிலையை அமல்படுத்த முடிந்தது. ஆனால், அமெரிக்கச் சட்டத்தில் மேற்கொள்ளப்பட்ட முதல் திருத்தம் 1791ஆம் ஆண்டு

முழுமையான கருத்துச் சுதந்திரத்தை வழங்குவதாக அமைந்தது.

லீ.சி. போலிங்கர் என்பாரின் நேர்காணல் ஏப்ரல் 2015 *தி இந்து* இதழில் வெளியாகியிருந்தது. அவர் கருத்துச் சுதந்திரம் சார்ந்த விஷயத்தில் நிபுணர். அமெரிக்க முதல் சட்டத் திருத்தம் தொடர்பான வழக்குகளில் நிபுணத்துவம்பெற்ற வழக்கறிஞர். நியூயார்க் கொலம்பியப் பல்கலையின் தலைவர். கருத்துச் சுதந்திரம் முழுமையாக எல்லோருக்கும் வழங்கப்பட வேண்டும் என்று அவர் வாதிட்டுள்ளார். மூன்றே மூன்று விதிவிலக்குகளையும் குறிப்பிட்டுள்ளார். 1. வன்முறையைத் தூண்டுதல். 2. அவதூறு செய்தல் 3. ஆபாசமான செய்திகள். அவர் தலைவராக இருக்கும் கொலம்பியப் பல்கலைக்கழகத்தின் கீழ் இயங்கும் வர்ட்டன் கல்லூரியில் பேச, பிரதமராகும் முன்னர் நரேந்திர மோடி அழைக்கப்பட்டுப் பின்னர் அந்த அழைப்பு திரும்பப் பெறப்பட்டது. இது கருத்துரிமையைப் பரிகசிப்பதாகும் எனக் குறிப்பிட்டு லீ கண்டித்துள்ளார்.

அமெரிக்காவில் இயங்கும் நியோ நாசி குழுக்களுக்கும் கறுப்பின விரோத *Ku Klux Klan* போன்ற வெறுப்பை உமிழும் குழுக்களுக்கும் கருத்துரிமை வழங்கப்பட்டு அவை எதிர்கொள்ளப்பட வேண்டியதன் அவசியத்தை லீ வலியுறுத்தியுள்ளார். நியோ நாசிக் குழுக்கள் யூதர்கள் வசிக்கும் பகுதிகளின் வழியாக அவர்களைக் கடுமையாகப் புண்படுத்தும் கோஷங்களை எழுப்பியவண்ணம் ஊர்வல மாகச் செல்லும் உரிமைக்காக *American Union of Civil Liberties* போராடுகிறது என்பதையும் இங்கு கவனிக்க வேண்டும். லீ குறிப்பிட்ட மூன்று விதிவிலக்குகளில் இந்தியச் சூழலில் 'ஆபாசம்' என்ற விலக்கும் தேவை இல்லை என்பதே என் பார்வை. ஏனெனில் இங்கு முத்தமிடுதல், பாலுறவு கொள்ளுதல், பாலுறுப்புகளைப் பெயர் சொல்லிக் குறிப்பிடுதல் எல்லாமே ஆபாசமாகக் கருதப்படுகின்றன. வசைச் சொற்களைப் பயன்படுத்துவதை

மறுப்பதும் எனக்கு முறையானதாகத் தெரியவில்லை. இவற்றைத் தடைசெய்வது இலக்கியத்திற்கும் கலைகளுக்கும் ஆபத்தாகவே அமையும்.

❍

இந்தியாவில் கருத்துச் சுதந்திரம் பற்றிய இன்றைய பார்வைகள் பொதுவாக எங்ஙனம் உள்ளன? இன்று தமிழகத்தில் பெருமாள்முருகன், புலியூர் முருகேசன் போன்ற எழுத்தாளர்களுக்கு ஆதரவாகச் செயல்பட்ட தமுஎகசவின் 13ஆவது மாநில மாநாட்டைத் தொடங்கிவைத்துக் கருத்துச் சுதந்திரம் பற்றி உரையாற்றினார் மார்க்சிய இலக்கிய அரசியல் திறனாய்வாளர் அய்ஜாஸ் அகமது. அவரது உரையில் கருத்துச் சுதந்திரம்பற்றிய தன் பார்வையை அவர் முன்வைக்கிறார்:

"கட்டுப்பாடற்ற கருத்து வெளிப்பாட்டுச் சுதந்திரம் என்பதில் எனக்கு நம்பிக்கை இல்லை என்பதைத் தயக்க மின்றித் தெரிவித்துக்கொள்கிறேன். நான் ஒரு மார்க்சியவாதி, தாராளவாதியல்ல. சில கருத்துகள் கடுமையான தீங்குகளை ஏற்படுத்தக்கூடியவையாக இருக்கின்றன. அத்தகைய கருத்துகளுக்கு ஒரு கட்டுப்பாடு தேவைதான்; சில நேரங்களில் அவை தடுக்கப்பட வேண்டும்தான். மனதிற்கும் சமுதாயத்திற்கும் நஞ்சாக மாறக்கூடிய ஏராள மான வெளியீடுகள் வருகின்றன, அவற்றிற்குத் தடை விதிக்கப்பட வேண்டிய தேவையும் இருக்கிறது. நான் தாராள முதலாளித்துவவாதியல்ல. எவரொருவருக்கும், தான் விரும்புகிறபோதெல்லாம், தான் விரும்புகிறபடி இன்னொருவரைப் புண்படுத்துகிற உள்ளார்ந்த உரிமை இருப்பதாக நான் நம்பவில்லை. சல்மான் ருஷ்டி உள்ளிட்ட தனிப்பட்ட தாராளவாதிகள் அப்படித்தான் நினைக்கிறார்கள் ... புண்படுவது, புண்படுத்தப்படுவது இரண்டுமே சார்புத்தன்மை உள்ளவை; குறிப்பிட்ட, குறிப்பான சூழல் சார்ந்த செயல்கள் அவை. இந்த இரண்டையுமே முழு உரிமைகளாக முன்வைப்பதற்கில்லை.

எந்த ஒரு உரிமைச் செயல்பாடும் பகுத்தறிவுப்பூர்வமான மதிப்பீடுகளுக்கு உரியதாகவே இருக்க வேண்டும், விடுதலை நோக்கங்களுக்கு உதவுவதாக இருக்க வேண்டும் என்பது என் கருத்து."

காலச்சுவடு இதழ் 182இல் தமுமுக தலைவர் எம். தமிமுன் அன்சாரி கருத்துச் சுதந்திரம் பற்றிய தன் பார்வையை முன்வைத்திருக்கிறார்.

"நபிகள் நாயகம், இயேசு போன்ற உன்னதமானவர்களைக் கேலி, கிண்டல் செய்வதுதான் *சார்லி ஹெப்டோ* பத்திரிகையின் பொதுப்போக்காக இருந்திருக்கிறது. மக்களின் ஆழமான உணர்வுகளைக் காயப்படுத்துகிறோமே என்ற கவலை அவர்களுக்கு இருந்ததில்லை. இன்று தாங்கள் பாதிக்கப்படும்போது கோபம் கொள்கிறார்கள். அமைதியின் பெயராலும் ஜனநாயகத்தின் பெயராலும் அணி சேர்க்கிறார்கள். ஒரு சமூகத்தையே முரட்டுக் கூட்டமாகச் சித்திரிக்க முயல்கிறார்கள்.

பொதுவாக ஐரோப்பிய அறிவுஜீவிகளிடம் சித்தாந்தம், கொள்கை, மத நம்பிக்கைகளில் ஈடுபாடு இருப்பதில்லை. அவை சார்ந்த மக்கள் உணர்ச்சிகளைப் புரிந்துகொள்ளக்கூடிய அளவுக்கு முதிர்ச்சியும் இருப்பதில்லை. அவர்களுக்குத் தெரிந்ததும் புரிந்ததும் யாதெனில் எதைச் செய்தாலும் சகிப்புத்தன்மை என்ற பெயரில் உணர்ச்சிநிலையற்று இருக்க வேண்டும் என்பதே! எல்லோரின் உரிமைகளையும் மிதித்துவிட்டு மனித உரிமைகளைப் பற்றிப் பேசுவார்கள்.

இறைவன் என்பவன் கண்ணுக்குப் புலப்படாத, உருவமற்ற, ஒரு சக்தி என முஸ்லிம்கள் நம்புகிறார்கள். அவரின் இறுதித் தூதராக நபிகள் நாயகத்தைப் போற்றுகிறார்கள். அவரை உருவப்படமாகச் சித்திரிப்பதையோ, சிலையாக வடிப்பதையோ அனுமதிப்பதில்லை. அது அவரை இழிவு படுத்தும் செயலாகக் கருதுகிறார்கள்.

அவர்களின் நம்பிக்கையும் உணர்வுகளும் அவ்வாறு இருக்கும்போது, அதைத் தெரிந்துகொண்டே அவர்களைச் சீண்டுவதுதான் ஊடக தர்மமா? இதுதான் கருத்துச் சுதந்திரமா? திரும்பத் திரும்ப இந்த அநீதிகளை அனுமதிப் பதற்குப் பெயர்தான் சகிப்புத்தன்மையா? மனசாட்சி உள்ளவர்கள் இதை ஏற்பார்களா?"

இதற்கு முன்னர் 2006ஆம் ஆண்டு இறைத்தூதரை கார்ட்டூனில் சித்திரித்த பிரச்சினையின்போது *சமரசம்* இஸ்லாமிய இதழில் எழுதிய அ. மார்க்ஸ் "கருத்துச் சுதந்திரம் என்ற பெயரில் *blasphemy*க்கு நியாயம் கற்பிப் பதை ஏற்க முடியாது" என்று எழுதியிருந்தார்.

மேற்படிக் கருத்துகள் விவாதிக்கப்பட வேண்டியவை. அய்ஜாஸ் அகமது முழுமையான கருத்துச் சுதந்திரத்தை முதலாளித்துவ தாராளவாதக் கொள்கையாகக் குறிப்பிட்டு அதை நிராகரிக்கிறார். மேற்படி உரையில் பெருமாள்முருகன் நாவல் பற்றிப் பேசுகையில் இவ்வாறு கூறுகிறார்.

"பெருமாள்முருகன் போன்றோருக்கு முறையான ஆதரவு என்பது அவர் என்ன சொல்கிறாரோ அது புண்படுத்தக்கூடியதாக இருந்தாலும், வன்மம் மிக்கதாக இருந்தாலும் அதை வெளிப்படுத்துகிற உரிமை அவருக்கு இருக்கிறது என்று வாதிடுவது அல்ல; மாறாக, அவர் அழகானதொரு நாவலை எழுதியிருக்கிறார், மக்கள்மீது மிகுந்த ஈடுபாட்டுடனும் இடங்கள் பற்றிய புரிதலுடனும் சித்திரித்திருக்கிறார்; உண்மையையும் அழகியல் சிறப்பு களையும் மதிக்கிறவர்கள் இந்த நாவலால் புண்படுவதற்குக் காரணம் இல்லை என்று வாதிடுவதுதான் முறையான ஆதரவாக இருக்க முடியும்."

அதாவது ஒரு நாவல் மார்க்சியப் பார்வையின்படி சரியான திசையில் பயணிக்கவில்லை என்றால் அதை எழுத அந்த எழுத்தாளருக்குச் சுதந்திரம் இல்லை, அதைத் தடைசெய்யலாம் என்பதே அய்ஜாஸ் அகமதின்

பார்வையாக உள்ளது என்றே நான் புரிந்துகொள்கிறேன். இந்தப் பார்வை ஏற்புடையதல்ல. மனம் புண்படாமல் இருப்பதற்கான உரிமை என்பது கருத்துச் சுதந்திரத்திற்கு முற்றிலும் எதிரானது.

கருத்துச் சுதந்திரம் பற்றிய என்னுடைய பார்வையில் கணிசமான அளவு தாக்கம் செலுத்தியவர் நோம் சோம்ஸ்கி. அவர் முதலாளித்துவத் தாராளவாத சிந்தனையாளரா? அவருடைய புகழ்பெற்ற கூற்று: "நாம் வெறுப்பவர்களின் கருத்துக்கான சுதந்திரத்தில் நமக்கு நம்பிக்கை இல்லை என்றால் நமக்குக் கருத்துச் சுதந்திரத்தில் நம்பிக்கை இல்லை என்றே பொருள்." எந்த ஒரு வரையறையும் இன்றி எல்லா விதமான கருத்துகளுக்கான சுதந்திரத்திற்காகக் குரல் கொடுப்பவர் சோம்ஸ்கி. சில உதாரணங்கள்:

1. ஐரோப்பாவில் யூத இன அழிப்பு நடக்கவேயில்லை என்று வாதிட்ட பிரஞ்சுப் பேராசிரியர் ராபர்ட் ஃபாரிசனின் கருத்துரிமைக்கு ஆதரவாக அவர் கையெழுத்திட்டார். இதைக் கண்டித்துப் பல பிரஞ்சு அறிஞர்கள் ஊடகங்கள் கருத்துரைத்தபோது அழுத்தமாக எதிர்வினையாற்றினார் சோம்ஸ்கி. பிரஞ்சு அறிவுப் பண்பாட்டின் ஆபத்தான அம்சமாகவே இந்த எதிர்வினைகளைக் கணித்தார். பொதுவாக அமெரிக்காவைப் பற்றிக் கடுமையாக விமர்சிக்கும் சோம்ஸ்கி, கருத்துச் சுதந்திரத்தில் ஐரோப்பாவின் நிலைப்பாடுகள் அமெரிக்காவை விடப் பின்தங்கியிருப்பதாக விமர்சிக்கிறார். *(சோம்ஸ்கி யூதர்)*

2. அவர் கருத்துரிமைக்கு ஆதரவாகக் கையெழுத்திட்ட பலருடைய கருத்துகளைப் படு பயங்கரமானவை என்று அவரே வர்ணிக்கிறார். உதாரணத்துக்கு அணு ஆயுதப் போருக்கு இட்டுச் செல்லும் கருத்துகளை வெளிப்படுத்துபவர்கள், ஐரோப்பிய இருண்ட காலத்தை நினைவுபடுத்தும் மத

> அடிப்படைவாதத்தை ஆதரிப்பவர்கள் போன்றோரின் கருத்துரிமைக்கு ஆதரவாக அவர் கையெழுத்திட்டுள்ளார். சோம்ஸ்கியின் பார்வையின்படி, தனக்கு உகந்த கருத்துகளுக்கான சுதந்திரத்தை ஆதரித்தவர்தான் கோயபல்ஸ்.

தமிமுன் அன்சாரி மத உணர்வுகளைப் புண்படுத்துவது தவிர்க்கப்பட வேண்டும் என வேண்டியிருக்கிறார். இதே கோரிக்கையைப் பிற அனைத்து மதச் சார்புடைய அறிஞர் களும் முன்வைக்கிறார்கள். ஆனால் இது பிரச்சினைக்குரிய அணுகுமுறை. உதாரணத்துக்கு இறை நம்பிக்கையற்ற பகுத்தறிவுவாதிகள் தமது கருத்தைப் பிரச்சாரம் செய்தால் இறை நம்பிக்கையுடையோர் மனம் புண்படுவது தவிர்க்க முடியாதது. எந்த மத உணர்வையும் புண்படுத்தக் கூடாது என்பதை ஏற்றுக்கொண்டால் பசு இறைச்சி, பன்றி இறைச்சி போன்றவற்றைத் தடைசெய்ய வேண்டும். இவ்வாறு தடைசெய்வது பலருடைய உணர்வுகளைப் புண்படுத்தும் என்பதையும் கருத வேண்டும். மேலும், ஒரு மதத்தவரின் நம்பிக்கைகளை அந்த மதத்தைச் சேர்ந்தவர் களே ஏற்க முடியும்; பிறரும் அதை ஏற்க வேண்டும் என்று வலியுறுத்த முடியாது. பிரான்சு தேசத்தில் *blasphemy* சட்டம் கிடையாது. எனவே தெய்வ நிந்தனை அங்கு குற்றமல்ல. எனவே அங்கே *blasphemy* செய்யக் கூடாது என்று கோருவது சட்டத்திற்குப் புறம்பானதாகும். மேலும் மத நம்பிக்கைகளைப் புண்படுத்தக் கூடாது என்ற வரையறையை ஏற்றால் அம்பேத்கர், காந்தி, பெரியார் போன்ற பலருடைய சிலபல கருத்துகளையும் தடைசெய்ய வேண்டிவரும்.

அதேபோல *blasphemy* – அதாவது மதநிந்தனை – செய்யக் கூடாது என்று அ. மார்க்ஸ் கூறுவதையும் ஏற்பதற்கில்லை. குறிப்பாகப் பெரியாரிஸ்டாகத் தன்னை அடையாளப்படுத்திக்கொள்ளும் ஒருவர் இவ்வாறு கூறுவது முரண்பாடானது. பெரியார், காந்தி, அம்பேத்கர்

போன்ற பலருடைய சில செயல்பாடுகளை 'மத நிந்தனை' என்று வரையறுக்க முடியும். முற்காலத்தில் முன்னணி அறிவியலாளர்கள் ஐரோப்பாவில் *blasphemy* குற்றஞ் சாட்டப்பட்டுக் கொல்லப்பட்டதையும் நினைவுபடுத்திக் கொள்ளலாம்.

இந்து மதம் என்பது முழுவதுமாக நிறுவனமயப்பட்ட மதம் அல்ல, அதனுள் பல நிறுவனங்கள் உள்ளன என்றாலும். அது பல சாதிப் பண்பாடுகளின் கூட்டமைப்பாகவே இயங்குகிறது. எனவே அதில் மதநிந்தனை என்பது இன்று நடைமுறையில் இல்லை. இஸ்லாம், கிறிஸ்தவம், யூத மதங்களில் மதநிந்தனை என்பது வரையறைக்கப்பட்டுள்ளது. தண்டனைகளும் பரிந்துரைக்கப்பட்டுள்ளன. மதநிந்தனை இன்று யூத கிறிஸ்தவ மதங்களைவிட பல முஸ்லிம் நாடுகளில் தீவிரமாக நடைமுறைப்படுத்தப்படுகிறது. இந்து மதத்தில் மதநிந்தனை என்பது இல்லை என்பதால் அதில் ஈடுபடுவது, ஈடுபடுவோரை ஆதரிப்பது என்பது அ. மார்க்ஸின் அணுகுமுறையாக இருந்துவருகிறது. உதாரணத்திற்கு இந்து மதத்தை 'இந்து மலம்' என்று அவர் குறிப்பிடுவது, பிள்ளையார் சிலை பெரியார் உடைத்ததைப் பாராட்டுவது. அதேநேரம் மதநிந்தனை குற்றமாகக் கருதப்படும் இஸ்லாத்தை மதநிந்தனை செய்யக் கூடாது என்று வாதிடுகிறார் அ. மார்க்ஸ். இந்துத்துவம் என்பது பன்மைத்துவமுடைய இந்து மதத்தை இறுக்கமான ஒரு கட்டமைப்பிற்குள் வரையறுக்கும் முயற்சி. அ. மார்க்ஸின் முரண்பட்ட அணுகுமுறை ஆபத்தானது, இந்துத்துவத்தின் நிறுவனப்படுத்தும் முயற்சிக்கு வலு சேர்க்கக்கூடியது. இதுபோன்ற இரட்டை நிலைப்பாடுகளே இந்துத்துவத்தின் பிரச்சாரத்திற்கு அடித்தளமாக அமைகின்றன.

புரட்சிகர மாணவர் இளைஞர் முன்னணி என்ற அமைப்பு தமிழில் ஊடகங்களில் வெளிப்படும் மிகையான ஆபாசங்களுக்கு எதிராகத் தொடர்ந்து பல போராட்டங் களை நடத்திவருகிறது. இத்தகைய ஊடகக் கண்காணிப்பு, போராட்டம் மிக அவசியமானது. ஆபாச இதழ்களுக்கு

எதிராகப் பிரச்சாரம் செய்வது, போராட்டம் நடத்துவது, அடையாளபூர்வமாக இதழ்களை எரிப்பது எல்லாம் கருத்துரிமை சார்ந்தவை. ஆனால் ஆபாச இதழ்களைத் தடைசெய்ய வேண்டும் என்ற கோரிக்கையை இவர்கள் முன்வைக்கும்போது அது கருத்துரிமைக்கு எதிரானதாக மாறிவிடுகிறது. எது ஆபாசம் என்று முடிவு செய்யும் உரிமை எந்தக் குழுவுக்கும் இல்லை. ஆபாசத்தின் வரையறை பண்பாடுக்குப் பண்பாடு வேறுபடுவது. காலத்திற்குக் காலம் மாறக்கூடியது. அத்தோடு ஊடகங்களைத் தடை செய்யும் அதிகாரத்தை அரசாங்கத்திற்கு வழங்குவது மிக ஆபத்தானது.

அதேபோல 'பீப்' பாடல் விவகாரத்தில் பெண்களை அவமதிக்கும் அப்பாடலைக் கண்டிக்க வேண்டும், எதிராகப் போராட வேண்டும், பிரச்சாரம் மேற்கொள்ள வேண்டும் என்பது உடன்பாடானது. ஆனால் 'ஆபாசம்' எனப் போலீசில் புகார் செய்வது, சிம்புவைக் கைதுசெய்ய வழிசெய்வது *You Tube*இல் இருந்து சட்ட முறையில் அப்பாடலை அகற்ற முனைவது என்பது கருத்துச் சுதந்திரத்திற்கு எதிரான முன்னுதாரணங்கள் ஏற்படத் துணைபோவதாகும். முற்போக்குச் சக்திகள், பெண்ணியக் குழுக்கள் இத்தகைய வழிமுறைகளை முன்னெடுப்பது துரதிருஷ்டவசமானது. இந்த முன்னுதாரணம் தன்னுடலை, இச்சையை எழுதும் ஒரு பெண்ணின் கவிதைக்கு எதிராகவும் இலக்கியத்தில், திரையில், பாலுறவை வருணிக்கும், காட்சிப்படுத்தும் ஒரு தீவிரப் படைப்புக்கு எதிராகவும் பயன்படக்கூடும். தமக்கு உடன்பாடான வெளிப்பாட்டுக்கு ஒரு அணுகுமுறை, அல்லாததற்கு மற்றொரு அணுகுமுறை எனப் பொது அறிவுஜீவிகள் இயங்குவது உள்ளார்ந்த பல ஆபத்துகளைக் கொண்ட செயல்முறை.

மேற்படிச் செய்திகள் இந்தியச் சமூகத்தில் கருத்துச் சுதந்திரம்பற்றிய தெளிவான பார்வை இல்லை என்பதைச் சுட்டுகின்றன.

கருத்துச் சுதந்திரத்திற்கு இந்துத்துவ, இஸ்லாமிய, சாதியவாத அமைப்புகள் வழி ஏற்பட்டிருக்கும் சவால்கள் இன்று புதிய விவாதங்களை ஏற்படுத்திவருகின்றன. இவை புதிய தெளிவுகளையும் ஏற்படுத்துகின்றன.

"தமுஎகச பொதுச் செயலாளர் தமிழ்ச்செல்வன் ஏப்ரல் 2015 புதிய புத்தகம் பேசுது இதழில் எழுதியுள்ள கட்டுரையில் "பிரச்சினைக்குரியதாகச் சொல்லப்படும் 'நான் ஏன் மிகை அலங்காரம் செய்துகொள்கிறேன்' கதையை வாசித்துப் பார்த்தேன். கதையுடன் என்னால் உடன்பட முடியவில்லை. அதற்காக அவரை அடிப்பதை ஒருபோதும் ஏற்க இயலாது. அவர் கதைகளின்மீது கடுமை யான விமர்சனத்தை வைத்துக்கொண்டே அவருக்குப் பாதுகாப்பான சூழலை உருவாக்க உதவுவோம் என்கிற நிலை எடுக்க நேர்ந்தது" எனக் குறிப்பிடுகிறார்.

ஜனவரி 20ஆம் தேதி சென்னை வள்ளுவர் கோட்டத்தில் நடந்த கருத்துரிமைக்கான போராட்டத்தில் பேசிய தமிழ்த் தேசியப் பேரியக்கத்தின் தலைவர் பெ. மணியரசன், "பெருமாள்முருகன் *காலச்சுவடில்* எழுதும் சில கட்டுரைகளோடு நமக்குக் கருத்து வேறுபாடு உண்டு. அவர் நாவலின் சில சித்திரிப்புகளோடும் உடன்பாடில்லை. ஆனால் அப்படி எழுத அவருக்கு உரிமையுண்டு" என்று குறிப்பிட்டார். மேற்படிக் கூற்றுகள் கருத்துச் சுதந்திரம் பற்றிய விவாதம் சரியான திசையில் நகர்வதற்கான அறிகுறி என்று நம்புகிறேன்.

கருத்துச் சுதந்திரத்தின் எதிரிகள் நமக்கு எதிரணியில் மட்டுமில்லை. நம்மைச் சுற்றியும் நமக்கு உள்ளேயும் சகிப்பின்மை மண்டிக் கிடக்கிறது. எழுத்தாளரின் கருத்துச் சுதந்திரம் பாதிக்கப்படுவதுபற்றிப் பேசுகிறோம். ஆனால், தமது படைப்பை வெளியிடாத இதழை, பதிப்பகத்தை வாழ்நாள் முழுவதும் வசைபாடி எதிர்ப் பிரச்சாரம் மேற்கொள்ளும் எழுத்தாளர்கள் உள்ளனர். தாம் வெறுக்கும் கருத்தை வெளியிட்டதற்காக ஒரு

ஊடகத்தைப் புறக்கணிக்கும், அழிக்கத் துடிக்கும் அறிவுஜீவிகள் உள்ளனர். தமது இயக்கத்தினுள், தமது கட்சியினுள், மாற்றுப் பார்வையைப் பூண்டோடு அழிக்கத் துடிக்கும் தலைவர்கள் உள்ளனர். நமக்குள் இருக்கும் சகிப்பின்மை நமக்குத் துலக்கமாகவே தெரியும். கருத்துச் சுதந்திரத்தின் பாதுகாவல் இவர்களாலும் நம்மாலும் இணைந்து மேற்கொள்ளப்படுகிறது. எனவே அதன் பலவீனம் வெளிப்படையானது.

கருத்துச் சுதந்திரத்திற்கான போராட்டத்தை வலுவாக மேற்கொள்ள மூன்று தளங்களில் செயல்படலாம்.

1. கருத்துச் சுதந்திரத்திற்கு எதிராக இருக்கும் சட்டங் களை நீக்கக் கோரி நமது நாடாளுமன்றப் பிரதிநிதி களிடமும் நீதிமன்றத்திலும் முறையிட வேண்டும்.

2. கருத்துச் சுதந்திரத்திற்கு எதிரான செயல்பாடுகள் நடைபெறும்போது களத்திலும் ஊடகங்களிலும் அதை வலுவாக எதிர்கொள்ள வேண்டும்.

3. நமக்குள்ளும் நம்மைச் சுற்றியும் இயங்கும் சகிப்பின்மையை நீக்கத் தனிப்பட்ட முயற்சிகள் எடுக்க வேண்டும்.

○

காந்தியின் மேற்கோளுடன் இந்த உரையை நிறைவு செய்கிறேன்:

"ஒரு மனிதனுக்கு உண்மையாகத் தோன்றுவது பல சமயங்களில் மற்றொருவருக்கு உண்மைக்குப் புறம்பானதாகத் தெரியும். ஆனால் உண்மையைத் தேடுபவர்கள் கவலை கொள்ள வேண்டாம். உண்மையுணர்வுடன் முயன்றால் மாறுபட்ட உண்மைகளாகத் தெரிவன ஒரு மரத்தின் பல இலைகள் போலத்தான் என்பது தெளிவுபெறும். ஒவ்வொரு மனிதனிலும் கடவுள் வெவ்வேறு பண்புகளில் தோன்றுகிறார் அல்லவா? இருப்பினும் நாம் அவர்

ஒருவரே என்பதை உணர்கிறோம். எனவே நம்முடைய தரிசனத்திற்கு ஏற்ப நாம் உண்மையைக் கடைப்பிடிப்பதில் பிழையில்லை. அது ஒருவரின் கடமையே ஆகும்."

(மதுரை மக்கள் கண்காணிப்பகத்தில் 'இருள் சூழும் கருத்துரிமை' என்ற தலைப்பில் ஏப்ரல் 16, 2015 அன்று படித்த கட்டுரையின் மாறுபட்ட வடிவம். நாகர்கோவில் கலை இலக்கிய பெருமன்றம் 7.11.2015 அன்று நடத்திய 'ஒடுக்கப்படும் கருத்துரிமை பண்பாட்டு உரிமைகளை மீட்டெடுக்கும் போராட்டக் கருத்தரங்'கில் இதன் ஒரு பகுதி வாசிக்கப்பட்டது.)

காலச்சுவடு, இதழ் 195, மார்ச் 2016

இழந்தவையும் வென்றவையும்

ஹெச்.ஜி. ரசூல் அவர்களை, சரியாக இருபத்து மூன்று ஆண்டுகளாகப் பழக்கம். 1994இல் முதலில் சந்தித்த நினைவு. அன்று தலைமைத் தபால் நிலையத்திற்கு எதிரில் இருந்த ஸ்டாண்டர்ட் புத்தக நிலையத்தில் எங்கள் பொறுப்பில் வந்த காலச்சுவடு ஒன்பதாவது இதழ் பற்றி ஒரு விமர்சனக் கூட்டம். 'ஸ்டாண்டர்ட்' உரிமையாளர் நாகேந்திரன் ஒழுங்கு செய்திருந்தார். ரசூல் அன்று பேசினார். அன்றைய பேச்சு இதழ் பற்றிய அவர் கருத்து என்பதைவிட இதழ் பற்றி அன்று காற்றில் படபடத்துக்கொண்டிருந்த கருத்துகளின் தொகுப்பு என்றே நான் புரிந்து கொண்டேன். அதன் பின்னர் பலமுறைகள் அவரைச் சந்தித்திருக்கிறேன். ஆரம்ப நாட்களில் சம்பிரதாயமான வார்த்தைகளைத் தாண்டி அதிகம் பேசியதாக எனக்கு நினைவில் இல்லை.

இன்று ரசூல் அகால மரணமடைந்ததை அடுத்து நடக்கும் இக்கூட்டத்தில் கருத்துச்

சுதந்திரத்திற்கு ரசூல் ஆற்றிய பங்களிப்பை முன்வைத்துச் சில வார்த்தைகள் பேச நினைக்கிறேன்.

நம் காலத்தில் மிகப் பெரிய சவால்களில் ஒன்று கருத்துச் சுதந்திரத்தைப் பாதுகாப்பது என்று நான் கருதுகிறேன். இச்சுதந்திரத்திற்கு ஆதரவான கட்சி, இயக்கம், கொள்கை என எவையும் இல்லை என்பதே இன்றைய யதார்த்தம். தம் கருத்துக்கான சுதந்திரத்திற்காக உச்ச நீதிமன்றம் சென்று போராடுவதும் மறுகணமே உவப்பில்லாத ஒன்றைத் தடைசெய்யக் கோருவதும் முரண்பாடாகத் தெரியாத அளவிற்கு சகிப்பின்மை புழுங்கும் சூழல் இது. இந்தச் சூழலில் ரசூலும் சிக்கிக்கொண்டார்; போராடினார்; சிலவற்றை இழந்தார்; சிலவற்றை வென்றார்.

ஒரு படைப்பாளியின் படைப்பும் கருத்தும் அதனதன் தளத்திலேயே மறுக்கப்பட வேண்டும். அதற்கு மேலாக மேற்கொள்ளப்படும் நடவடிக்கைகள் கருத்துச் சுதந்திரத் திற்கு முரணானவை என்பதே என் பார்வை. ஆனால், முரணானவற்றையும் உள்ளடக்கும் விரிவைக் கருத்துச் சுதந்திரம் கொண்டிருக்க வேண்டும்.

தன் படைப்புரிமைக்காக ரசூல் போராடிய காலங் களில் அவர் கருத்தைச் சொல்லும் சுதந்திரத்திற்கு ஆதரவாகக் காலச்சுவடு நின்றது. அவர் நம்பிய சில குட்டித் தெய்வங்கள் அவரைக் கைவிட்ட காலத்திலும் அவர்கள் ரசூலை ஒடுக்கிய மத அடிப்படைவாதத்துடன் கைகோத்த காலத்திலும் எந்த தனிப்பட்ட உறவும் சாராது பொது நம்பிக்கைகளின் அடிப்படையில் களத்தில் அவருக்கு துணையாக நின்றது காலச்சுவடு. இச்செய்தி இந்தக் கணத்தில் எனக்கு மனநிறைவைத் தருகிறது (நான் இங்கு சொல்லும் செய்திகளுக்கு சாட்சியாக களந்தை பீர்முகம்மதுவும் இங்கே உள்ளார்).

இக்காலகட்டத்திற்குப் பின்னர் ரசூலின் பார்வை கனிந்தது. கடந்த சில ஆண்டுகளில் படைப்பு, கருத்து,

மதம், அடிப்படைவாதம் போன்ற விஷயங்களைப் பற்றி சில சந்தர்ப்பங்களில் கூடி விரிவாகப் பேசினோம். இவை இயல்பாக அமைந்த சந்தர்ப்பங்கள்.

தன் சாதிக்கு, மதத்திற்கு, இனத்திற்கு, நாட்டிற்கு 'ஜே' போடுவது படைப்பாளிகளின் பணியல்ல என்ற நம்பிக்கையின் வழிவந்தது என் பார்வை. தம் படைப்புரிமைக்காகப் பல இழப்புகளுடன் நின்று போராடிக் களம் கண்டவர்கள் அனைவரும் நம் தோழர்கள். ரசூல் அத்தகைய ஒரு போராளி. பல மதங்களின் அடிப்படைவாதங்கள் இந்த நிலத்தையும் மக்களையும் நமது பண்பாட்டிலிருந்தே அன்னியப்படுத்தி மதக் கோட்பாட்டாளர்கள் இறக்குமதி செய்யும் நெறிகளுக்கு ஏற்ப அவர்களை வாழவைக்க முனைகின்றன.

அத்தகைய அன்னியப்படுத்தும் சக்திகளின் தாக்கத்திலிருந்து மீள விழிப்புணர்வுடனும் விமர்சன நோக்குடனும் இயங்கியவர் ரசூல் என்பது மிக முக்கியமானது. நாம் தொடர்ந்து பேண வேண்டிய செயல்பாடு இது.

ஹெச்.ஜி. ரசூல் மறைவு – அஞ்சலிக் கூட்டம். தமிழ்நாடு கலை இலக்கியப் பெருமன்றம் ஸ்ரீ லட்சுமி மஹால், தக்கலை.
15.08.2017

கருத்துரிமையின் திருவுருவம்

ஜெயகாந்தனின் முக்கியத்துவத்தை மதிப்பிடுகையில் அவர் படைப்பு, புகழ், கம்பீரம், அரசியல், பேரன்பு, உரையாற்றும் திறன் எனப் பல பரிமாணங்கள் பேசப்படு கின்றன. ஆனால் இவை அனைத்தையும் கூட்டிப் பார்த்தாலும் ஜெயகாந்தனின் ஆளுமையின் தாக்கத்திற்கு அவை ஈடாவ தில்லை. இவற்றோடு மக்களின் அறிஞர், திரைப்பட இயக்குநர் என்று சேர்த்துக் கொண்டாலும் பெரிய இடைவெளி எஞ்சு கிறது. இன்னும் உரிய கவனம்பெறாத அவர் பங்களிப்பு என்ன?

கருத்துச் சுதந்திரம் என்பது தமிழர்களுக்கு உவப்பானது அல்ல. கருத்துச் சுதந்திரம்பற்றி ஒரு தமிழன் பேசுகையில் தன் கருத்தைச் சொல்லும் சுதந்திரம், அதிகாரம் மிக்கோர் தமது கருத்தைச் சொல்லும் சுதந்திரம், தனக்கு உவப்பான கருத்தைப் பிறர் சொல்லக் கேட்கும் சுதந்திரம், பெரும்பான்மையின் கருத்துக்கான சுதந்திரம் என்றே பொருள் கொள்கின்றனர்.

உண்மையில் கருத்துச் சுதந்திரத்திற்கான அளவீடு இதுவல்ல. பெரும்பான்மையைக் கொந்தளிக்கவைக்கும் கருத்தைச் சொல்லும் உரிமை சிறுபான்மைக்கு இருக்கிறதா? நாம் பிறவாகக் கருதி வெறுப்போருக்கு நமது சமூகத்தில் பொதுவிடத்தில் நின்று, நமக்குக் கசப்பான அவர்தம் பார்வையை முன்வைக்கும் சுதந்திரம் இருக்கிறதா? இந்த அளவீட்டின்படி, தமிழ்ச் சமூகத்தில் கருத்துச் சுதந்திரத்திற்கு உள்ள இடம் கேள்விக்குரியது. கருத்துச் சுதந்திரம்பற்றி முரண்பாடுகள் சடையும் பேனுமாகக் கிடக்கும் அணுகுமுறையே நமது அறிவார்ந்த வட்டத்தில் பெரிதும் காணக் கிடைக்கிறது.

சாதி, மத அடிப்படைவாதிகள் கருத்து, செயல், உணவு, மதம் போன்ற பல சுதந்திரங்களுக்கு எதிராகத் திரளும் காலகட்டத்தில் தற்போது வாழ்கிறோம். எப்படி இக்குழுக்கள் இங்கு கால் பதித்தன? இதற்கு முன்னர் கருத்துச் சுதந்திரம்மிக்க நடைமுறை இங்கு இருந்ததா?

1950களிலிருந்து எதைச் சொல்லலாம், யாரோடு இணைந்து செயல்படலாம், யார் நண்பர் – யார் எதிரி, உண்மையின் எந்தப் பக்கத்தைப் பார்க்கலாம், எது முற்போக்கு – எது பிற்போக்கு என்பதை நிர்ணயம்செய்யும் அதிகாரம் தமிழ் அறிவுலகில் அதிகமும் இடதுசாரி அறிஞர்களிடமே இருந்துவந்தது. சாதிய யதார்த்தத்தைப் பேசுவதும், மொழிப் பற்றைப் பேசுவதும், பண்பாட்டின் முக்கியத்துவத்தை முன்வைப்பதும் கண்டிக்கப்பட்ட காலம் அது. இலக்கியத்தில் அழகியலின் இன்றியமையாமையைப் பேசியதற்காகத் தண்டிக்கப்பட்ட இலக்கியவாதிகளின் பட்டியல் பல பிரகாசமான ஆளுமைகளைக் கொண்டது. திமுக ஆட்சிப் பொறுப்பேற்ற பின்னர் திராவிட இயக்கத்தின் தாக்கம் தமிழ் அறிவுலகில் அதிகாரப் பின்புலத்துடன் உருவாகியது. மாணவர் எதைக் கற்க வேண்டும், எது தமிழ்ப் பற்று, எது துரோகம், யார் அசல் தமிழர் எனப் பல மதிப்பீடுகளை இவர்கள் உருவாக்கினர் (சுதந்திரத்திற்குப்

எது கருத்துச் சுதந்திரம்?

பின்னர் ஆட்சிப் பொறுப்பேற்ற காங்கிரஸ், திமுக, அதிமுக ஆட்சிகள் ஒவ்வொன்றும் கருத்துச் சுதந்திரத்திற்கு விரோத மாக நடப்பதில் முந்தைய ஆட்சியைவிட முன்னேறி வந்துள்ளன).

மேற்படிக் கருத்துகளில் அன்று மறுக்கப்பட்டவை சில இன்று ஏற்கப்படுகின்றன. கேள்வியின்றி ஏற்கப்பட்ட பலவற்றிற்கு இன்று அறிவுலகில் இடம் இல்லை. எல்லாக் காலத்திற்கும் பொருத்தமான நற்சிந்தனைகள் அரிது. காலம் எல்லாவற்றையும் புரட்டிப்போடும் பண்புடையது. இன்று சமூகம் மறுக்கும் பார்வை நாளை சமூகம் ஏற்கும் பார்வையாகலாம். எது சரியானது என்று முடிவுசெய்யும் அதிகாரம் யாரிடமும் இருக்கக் கூடாது. எல்லாம் எமக்குத் தெரியும் என்று நினைக்கும் எல்லாக் குழுக்களுமே ஆபத்தானவைதான்.

ஜெயகாந்தனின் பங்களிப்பில் ஆக முக்கியமானதாக எனக்குத் தெரிவது அவர் தமிழ்ச் சமூகத்தில் கருத்துரிமைக் கான இடத்தைப் பல நெருக்கடியான காலங்களில் தக்க வைக்கத் துணை நின்றார் என்பதுதான். இடதுசாரி எழுத்தாளராக அவர் எழுச்சி பெற்றாலும் அந்த அடையாளத்தோடு அவர் ஒன்றிப் போகவில்லை. எல்லாக் காலங்களிலும் அக்காலத்தின் கருத்தியல் பொதுப் போக்கிற்கு எதிராக நின்றார். 1960களில் திமுக ஒரு வீச்சாகப் பரவுகையில் அதன் எதிர்ப் பிரச்சாரகராக இயங்கினார். ஒரு தலைவரின் இயற்பெயரைச் சொல்லவே அஞ்ச வேண்டியிருந்த காலங்களில் அவர்களில் பலரைப் பொதுவிடத்தில் அவமதித்தார், உதாசீனப்படுத்தினார். காஞ்சி மடம் தமிழ் விரோதக் கும்பலின் தலைமைப் பீடமாக அடையாளப்படுத்தப்பட்ட காலத்தில் அதன் மேன்மையைப் போற்றினார். ஈழத்திற்கு ஆதரவாக தமிழகம் உணர்ச்சிப் பெருக்கில் கொந்தளிக்கையில் பிரிவினை யின் அரசியலைக் கண்டித்தும் மறுத்தும் சீறினார். வர்ணாசிரம தர்மம் பற்றி விவாதித்து முடிந்துவிட்ட

பெருமிதத்தில், சாதிவெறி பிடித்த சமூகமான நாம் இறுமாப்பு கொள்கையில் அதையும் ஆதரித்துச் சீண்டினார். தமிழைவிட சமஸ்கிருதம் மேலானது என்று பற்ற வைத்து வேடிக்கை பார்த்தார். இதெல்லாம் சரியா, நியாயமா என்பதைவிட நாம் வெறுக்கும் கருத்தை நமக்கு மத்தியில் நின்று உரக்கச் சொல்லி கருத்துச் சுதந்திரத்திற்கான இடத்தை உறுதிப்படுத்தினார் என்பது எனக்கு முக்கியமானதாகத் தெரிகிறது.

சகிக்க முடியாத கருத்துகளை அவர் உரைக்கத் தமிழகம் சகித்துக்கொள்ள வேண்டியிருந்தது. அப்போது நமக்குச் சகிப்புத்தன்மை பழக்கப்பட்டது. சமூகம் மறுக்கும் கருத்தை உரக்கச் சொல்ல எண்ணுவோர்க்கு அவர் முன்மாதிரி. எழுத்தாளன் எதற்கும் அடங்க மாட்டான், மறுக்கப்படும் மறுபக்கத்தைக் காட்டுபவன் அவன், வித்தியாசமாகச் சிந்திப்பவன், அத்துமீறுபவன் என்று ஓர் எண்ணத்தைப் பொதுச்சமூகத்தில் விதைத்தவர் ஜெயகாந்தன். அவரை வெறுத்து ஒதுக்கியவர்களும் அவரை அழிக்க நினைத்தவர்களும் அவரை மதித்துக் கௌரவிக்க வேண்டிய நிலை ஏற்பட்டபோது, விழிப்புணர்வற்ற நிலையிலேனும் அவர்கள் கருத்துச் சுதந்திரத்தை ஏற்றுக்கொண்டார்கள்.

தமிழ்ச் சமூகத்தில் ஜெயகாந்தனுக்கு முன்னரே இதே பணியை அரசியல் சீர்திருத்த, சமூகநீதியின் தளத்தில் மேற்கொண்டவர் பெரியார். இந்த இருவரும் மோதிக்கொண்ட – எண்பது வயது பெரியாரும், இருபத்தைந்து வயது ஜெயகாந்தனும் 1959 திருச்சி தமிழ் எழுத்தாளர் சங்க மாநாட்டின் – கூட்டம்போலத் தமிழில் அறிவுலகில் பேசப்பட்ட கூட்டம் இல்லை. அன்று எழுத்தாளர் மாநாட்டைத் தொடங்கிவைத்து பெரியார் பேசிய கருத்துகளைக் கடுமையாக மறுத்துப் பேசினார் ஜெயகாந்தன். எதிர்க்கருத்து கொண்ட, அதே நேரம் கருத்துச் சுதந்திரத்தில் நம்பிக்கை கொண்ட இருவர்

கடுமையாக மோதி மிகுந்த மரியாதையுடன் பிரிந்த கூட்டம் அது.

கருத்துச் சுதந்திரம் என்ற சட்டகத்தின் வழி பார்க்கையில் ஜெயகாந்தனைப் பெரியாரின் தொடர்ச்சியாகவே பார்க்க வேண்டும். திராவிட இயக்க மறுப்பு, கடவுள் மறுப்பை நிராகரித்தல், பிராமண எதிர்ப்பைக் கண்டித்தல் என பெரியாரின் கொள்கைகளுக்கு எதிராகச் செயல்பட்ட ஜெயகாந்தன் இயங்குவதற்கான வெளியைத் தனது உக்கிரமான கருத்துகளால் ஏற்படுத்திக் கொடுத்தவர் பெரியார் என்பது ஒரு முரண்நகை.

எழுதுவதை நிறுத்திச் சில பத்தாண்டுகளுக்குப் பின்னரும் தமிழ்ச் சமூகத்தின் எந்தத் தரப்பும் புறக்கணிக்க முடியாத ஆளுமையாக ஜெயகாந்தன் திகழ்ந்தார். அவர் மரணத்தைப் புறக்கணிப்பதாக அறிவித்தவர்களும் அவரது ஆளுமையின் தாக்கத்தை எதிர்நிலையில் அங்கீகரிக்கவே செய்தனர். அவரது பிற எல்லாப் பங்களிப்புகளுடன் கருத்துச் சுதந்திரத்திற்கான போராளி என்பதையும் இணைத்துக்கொண்டால்தான் ஜெயகாந்தனின் சித்திரம் பூர்த்திபெறும்.

2006ஆம் ஆண்டு கோவையில் ஜெயகாந்தன் கலந்து கொண்ட, 'அற்றைத் திங்கள்' சந்திப்பின் கேள்வி நேரம். ஒருவர் எழுந்து, "புதுவையில் 1988ஆம் வருடம் நீங்கள் பேசுகையில் 'கம்பன் ஒரு முட்டாள்' என்று சொன்னீர்கள். இப்போதும் அதே கருத்துதானா?" என்று கேட்டார். அரங்கம் அமைதியானது. ஒலிவாங்கியை ஜெயகாந்தனிடம் நீட்டினேன். "அப்படிச் சொல்லிவிட்டேனா? சொல்லி யிருந்தால் தப்புதான் (அரங்கில் கைதட்டல், சிரிப்பலைகள்). ஆனால் அப்படிச் சொல்லியிருந்தாலும் அது ஒரு கருத்து தான். அதை நீங்கள் ஏற்க வேண்டும் என்பதில்லை. தாராளமாக மறுக்கலாம்" என்றார் ஜெயகாந்தன்.

‘எதையும் சொல்லும் உரிமை எனக்குண்டு. அதையும் மறுக்கும் உரிமை உனக்குண்டு’ என்ற விவேகமே அன்று வெளிப்பட்டது. இதை நாம் உளமாற ஏற்றால் எந்த அடிப்படைவாதமும் தமிழ்ச் சமூகத்தை அண்டாது.

தமிழின் கேட்க விரும்பாத அனைத்துக் கருத்துகளையும் உரக்கச் சொல்லித் தமிழ்ப் பண்பாட்டின் மையத்தில் நிலைபெற்றதே ஜெயகாந்தனின் தனிச் சிறப்பு.

காலச்சுவடு, இதழ் 185, மே 2015